HADITHI ZA KIKWETU

Kinga ya Rushwa

HADITHI ZA KIKWETU

1.	Jua na Upepo	Anne Matindi
2.	Kido	Halima Njirainey
3.	Majuto ni Mjukuu	P. M. Kareithi
4.	Kishu Kazi	Jay Kitsao
5.	Bonde la Wafu	Akberali Manji
6.	Mlima Kenya Kajifungua	Njiru Kimunyi
7.	Nyani Mdogo	Nyambura Mpesha
8.	Safari ya Kombamwiko	Emmanuel Kariuki
9.	Tajiri Mjanja	Leo Odera Omolo
10.	Mfalme na Majitu	Leo Odera Omolo
11.	Kaburi Bila Msalaba	P. M. Kareithi
12.	Hadithi Teule	Sun Bao Hua
13.	Mtoto Aliyetoweka	Akberali Manji
14.	Kuku na Mwewe	Nyambura Mpesha
15.	Chura Mcheza Ngoma	Rebecca Nandwa
16.	Mfalme Chui Mkatili	Rebecca Nandwa
17.	Kachuma na Polisi Wezi	Patrick Ngugi
18.	Karamu Mbinguni	Njiru Kimunyi
19.	Nyumba ya Sungura	Njiru Kimunyi
20.	Mtu wa Mvua	Ken Walibora
21.	Mgomba Changaraweni	Ken Walibora
22.	Chura na Mjusi	Nyambura Mpesha
23.	Hanna na Wanyama	Nyambura Mpesha
24.	Mende Mdogo	Nyambura Mpesha
25.	Zawadi ya Rangi	Wairimu Karani
26.	Siku ya Wajinga	Clara Momanyi
27.	'Kaponea Chupuchupu	Akberali Manji
28.	Mona na Subime	K. W. Wamitila
29.	Mama wa Kambo	Catherine Kisovi
30.	Ujeuri wa Mbwa	Pamela M. Y. Ngugi

na vinginevyo... vinginevyo vingi

Kinga ya Rushwa

Fortunatus Kawegere

PHOENIX PUBLISHERS, NAIROBI

Kimetolewa mara ya kwanza mnamo 2005 na
Phoenix Publishers Ltd.,
Grain Belt Industrial Park,
Sukari Industrial Estate,
Off Thika Rd., Behind Clay Works,
S. L. P. 30474-00100,
Nairobi, Kenya.

ISBN 9966 47 241 X

Kimenakiliwa tena 2008, 2012, 2015, 2021

Kimechapishwa na
Talitha Graphics,
S. L. P. 41863 - 00100,
Nairobi, Kenya.

Yaliyomo

1. Kizaazaa Hospitalini 1

2. Hata Shuleni pia! 21

3. Usalama Bandia 38

4. Kura za Maoni Mahakamani 57

5. Umeme Balaa 83

1

Kizazaa Hospitalini

Mimba alikuwa kwenye hatua za mwanzo kabisa za uhai wake. Muda mfupi uliopita, alikuwa amelala fofofo. Aliamka baada ya kugutushwa na chombo kilichowekwa ghafla karibu yake. Alitaka kufahamu, bila kufanikiwa, kilikuwa chombo gani. Kulikuwapo ukuta mnene kati yake na mahali kilipokuwa chombo hicho. Alijihisi kama aliyekuwa anapimwa au kufanyiwa upelelezi. Mazingira hayo yalimfanya kuamua kujiweka tayari kukabiliana na jambo lolote ambalo lingetokea.

Alikuwa tumboni mwa binadamu aliyeitwa Mama. Hakuwa amewahi kumwona Mama wala Mama kumwona yeye. Hata hivyo, Mama na Mimba walikuwa na njia za ajabu walizowaza kutumia kufanya mawasiliano. Mama alipokumbwa na shida, Mimba pia

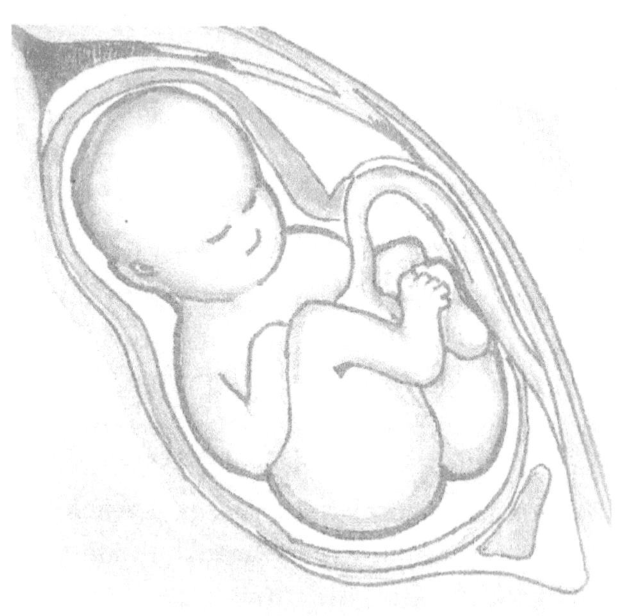

alipata habari. Siyo Mimba wala Mama aliyeelewa jinsi mambo haya yalivyotokea.

Mawazo ya Mimba hayakuwa juu ya Mama pekee; alifikiria vilevile juu ya Baba. Alifahamu Baba alikuwa na nafasi ya pekee katika kuhangaikia matunzo yake. Hakumbeba tumboni kama Mama, lakini alibeba wajibu mzito wa kumtunza Mama, na kwa hiyo na yeye pia. Hali kadhalika, Baba alitoa ulinzi waliohitaji katika kupambana na matatizo na misukosuko ya aina nyingi. Mimba na Mama wasingeweza kuimudu hali hiyo kikamilifu wakiwa peke yao.

Maskani ya Baba na Mama yalikuwa kwenye kijiji kilichoitwa Heri. Kulikuwapo umbali wa kilomita kama ishirini kutoka kwenye kijiji hiki hadi kwenye mji mkuu wa wilaya – Sazo. Miinuko na mabonde ya hapa na pale yaliifanya safari kati ya Heri na Sazo kuwa ngumu. Ni sehemu ndogo tu iliyokuwa tambarare.

Mimba aliishi kwenye mji wake peke yake. Huko alikokuwa, hapakuwapo baridi wala joto. Ilikuwa hali ya uvuguvugu. Vibatari, taa za mkono, karabai au zile taa za umeme hazikukutwa mule. Mji wake ulikuwa ni giza totoro. Hali hii haikumtisha kamwe, kwani alihitaji mwanga kwendea wapi? Hakuhitaji kwenda shambani kulima au sokoni kununua chakula. Aliyapata mahitaji yake yote tumboni mwa Mama, kwa utaratibu ambao, kusema kweli, hakuelewa jinsi ulivyofanya kazi.

Akiwa katika mji wake Mimba aligundua, kwa mshangao, kwamba kuna wenzake wawili waliotangulia kuishi kwenye mji ule katika nyakati tofauti. Aliyakuta majina yao kwenye shajara ndogo ambayo kwa bahati nzuri hawakuondoka nayo. Wa kwanza alikuwa Kibe, ilhali mlungizi wake aliitwa Dodo. Kwa kuiga mfano wao, hata yeye aliandika jina lake kwenye shajara hiyo. Hakuweza kuandika tarehe ya kuondoka kwa sababu ilikuwa bado haijafahamika.

Ilielekea kuwa kuwapo kwa Mimba tumboni mwake kulimsumbua sana Mama. Wakati ule hakupenda kula; aliona kichefuchefu pamoja na kubadilika tabia. Baba aling'amua hali hiyo mapema lakini akawa bado ameifumbia macho.

"Sina budi kwenda hospitali leo," Mama alimwambia Baba saa za alfajiri.

"Kuna nini?" Baba aliuliza akijifanya kutojua kilichokuwa kinaendelea.

"Hali yangu siyo nzuri," Mama alijibu akisogeza karai karibu.

"Utapenda nikusindikize?"

"Hiyo itafaa sana. Chochote kinaweza kutokea njiani," Mama alisema akikunja uso kudhihirisha maumivu yaliyokuwa yanaendelea ndani mwake.

"Vema. Tuanze safari kungali mapema," Baba alisema akimpakia Mama kwenye baiskeli yake kuukuu aina ya Mamba. Baiskeli hii ilitumika kumbeba Mama alipokuwa na mimba ya Kibe na baadaye Dodo.

Wakati huo ulikuwa mwanzoni mwa mwezi Julai— wakati wa kiangazi. Kawaida Julai ilikuwapo na matukio mengi ya uchomaji moto mbuga na mapori. Ilitungwa sheria ya kuzuia uchomaji moto ovyo, lakini haikuwa inazingatiwa jinsi ilivyopasa. Mtu aliyesafiri katika mwezi huo alitazamia kupambana na joto, vumbi na moshi. Ijapokuwa ingenyesha mvua kidogo katika kipindi hicho cha mwaka, siku nyingi zilikuwa za jua kali.

Sehemu kubwa ya safari ya Baba na Mama kuelekea hospitali ilikuwa njema. Mahali fulani barabara ilipobeta, walikaribia kugongwa na gari lililokuwa linakwenda kasi likifuatwa na vumbi nene. Ilibidi Baba akate kona ya ghafla kuelekea kichakani. Huko walibwagwa na baiskeli *pu*! Kwa bahati nzuri, hakuna aliyeumia.

"Ama kweli, tumeponea chupuchupu," Mama alimwambia Baba akijipangusa vumbi lililoenea kwenye nguo zake.

"Hivi ndivyo madereva wengi wa siku hizi walivyo. Wanaendesha kama wenda wazimu. Leseni hizi za kununua hakika zinahatarisha maisha ya kila kiumbe chenye uhai barabarani," Baba alisema akirudia kupanda baiskeli na kumbeba Mama.

Waliingia mjini baada ya muda mfupi, wakifunikwa na vumbi tangu utosini hadi unyayoni.

"Tutapita nyumbani kwa dada kumsalimia. Hatutakaa sana," Baba alisema akikata kona kuelekea kushoto.

"Itafaa kufanya hivyo, kwani tutapata nafasi ya kulipunguza vumbi hili lililotuenea," Mama alisema akishusha pumzi. Huko hawakukaa zaidi ya robo saa, kisha wakaendelea na safari.

Walipokaribia kuingia kwenye lango la hospitali ilibidi Baba ateremke kutoka baiskeli, kwani alifahamu utaratibu ulikuwa ni kutopanda baiskeli kwenye eneo la hospitali. Kwa kuwa Mama alikuwa anaumwa, aliendelea kukaa kwenye baiskeli akawa anasukumwa.

"Wewe! Hufahamu sheria ya hospitali?" mlinzi wa lango alimkemea Baba.

"Sheria gani?" Baba aliuliza kwa utulivu.

"Kwamba hairuhusiwi kupanda baiskeli ndani ya eneo la hospitali!" Mlinzi alimwambia kwa ukali.

"Sheria hiyo naifahamu sana. Kwani ni nani amepanda baiskeli?" Baba aliuliza katika hali ya kujitetea.

"Si huyo uliyembeba, au vipi?" mlinzi aliuliza akipunguza sauti na ukali.

"Kama una maana hiyo, nimekuelewa," Baba alisema akijifanya mwenye kutaka kusonga mbele.

"Kwa hiyo?" mlinzi aliuliza akimkodolea macho Baba na kumnyoshea mkono wake wa kulia huku amekunja vidole vyake vitano. Hii ilikuwa ishara ya kumtaka atoe shilingi hamsini ili aweze kuendelea na safari.

HOSPITALI

Baba alifahamu maana yake. "Samahani mimi sina pesa hizo." alisema. "Pesa chache nilizo nazo ni za kumnunulia dawa mke wangu ambaye, kama unavyoona, hajiwezi."

"Hiyo ni shauri yako! Kwani unataka nije kula nyumbani kwako? Aidha ukubali kutoa chochote au sitakuruhusu kuingia ndani!" Mlinzi wa lango alisema akiisukuma baiskeli kando kwa nguvu nusura Mama adondoke chini.

Baba asingekuwa ameishika baiskeli barabara, na kama pasingekuwapo msaada wa baadhi ya watu wema, hapana shaka Mama, Baba na Mimba wangedhurika sana pale langoni. Hata hivyo, Mama alipata mshtuko ambao ulikaribia kumhamisha Mimba kwenye mji wake.

"Utanikuta hapahapa wakati wa kurudi. Tutaona kama sitauvunjilia mbali huo ukaidi wako," mlinzi alipayuka alipoona ameshindwa kutimiziwa haja yake.

Baada ya kuandikiwa cheti, Mama alielekezwa kwenye chumba cha muuguzi. Alilazwa chali kitandani kama hatua ya awali ya maandalizi ya kumpima.

"Mama, utafanya sasa au baadaye?" muuguzi aliuliza, huku akiitia mikono ya stethoskopu masikioni kusikiliza mapafu na mapigo ya moyo.

Mama alionekana kutolielewa swali, au aliamua kujifanya kutolielewa. Hili lilimsaidia, kwani lilimfanya muuguzi kuendelea na kazi yake, ijapokuwa kwa shingo upande.

"Kuna nini kinachonisumbua tumboni?" Mama aliuliza kana kwamba hakufahamu kabisa kilichokuwa kinaendelea.

"Kuna kiumbe kinachoanza safari ndefu ya maisha," muuguzi alisema kwa sauti ya chini. Ungedhani hakutaka maneno yake yasikike na mtu mwingine. "Ni kiumbe mzima asiyekuwa na hitilafu. Hata hivyo, anahitaji kupewa kinga ya kumzuia ili asishambuliwe na maradhi ya siku hizi yanayoenea mithili moto wa kiangazi."

"Hiyo ni kinga ya aina gani? Inazuia maradhi gani? Na kama yameisha tokea, yanatibiwa na nini?" Mama aliuliza, moyo wake ukienda mbio.

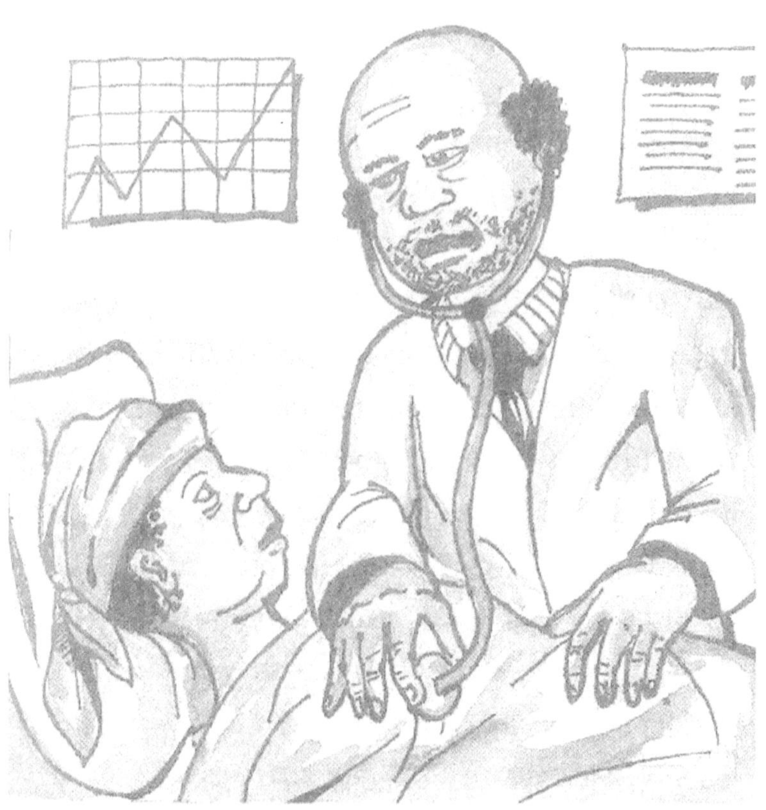

Maswali yake hayakujibiwa wakati ule.

Ujumbe wa muuguzi ulimshtua Mimba pia. Hakufahamu maana na umuhimu wa kinga iliyozungumziwa. Hakuelewa ni maradhi gani yaliyokusudiwa. Jambo lililoisumbua zaidi akili yake ndogo ni kule kutofahamu uhusiano uliokuwapo kati ya kinga na maradhi husika. Alijisikia kama mwenye kutaka kuchangia kwenye mazungumzo ya Mama na muuguzi. Lakini hakuwa na uwezo wala njia yoyote ya kufanya hivyo. Aliamua kuridhika na hayo aliyosikia, mpaka hali itakapomruhusu.

"Muuguzi, kiumbe huyu aliye tumboni mwangu yukoje?" Mama aliuliza akitaka kuhakikishiwa kama hakubeba kitu cha ajabu tumboni mwake. Alielewa bayana kwamba hii haikuwa mimba yake ya kwanza, lakini haikuwa sababu ya kutosha kutotarajia jambo lisilo la kawaida kutokea.

"Kiumbe huyo aliye mwilini mwako, utaendelea kuwa naye kwa muda maalum kabla hajahamia hapa duniani. Mji wake ambao umejengwa tumboni mwako unamtayarisha kimwili ili ifikapo wakati wa kuhama, awe amekamilika kuweza kupambana na hali tofauti itakayofuata. Mabadiliko katika maumbile yake yanatokea taratibu," muuguzi alisema na kumfanya Mama awe na hamu ya kuendelea kumsikiliza.

"Niyaamini maelezo yake au niyapuuze?" Mama alijiuliza, kisha akajisadikisha. *"Kwa kuwa hakusema nimewabeba mijusi kumi au vyura watano nitaendelea kumwamini mpaka hapo nitakapojithibitishia mwenyewe matokeo ya hali hii. "*

"Huu ni mwanzo wa safari ndefu," muuguzi alimwambia Mama. "Kumbuka kuleta angalau kitu kidogo kila mara utakapokuwa unakuja kwenye kliniki. Itakusaidia kupata huduma ya upesi na ya uhakika. Sasa nenda famasia upewe dawa," aliongeza huku akimkabidhi Mama cheti chenye orodha ya dawa alizomwandikia.

Alipofika dirishani, mfamasia alikipokea cheti chake na baada ya kukisoma kwa makini akamkaribisha kwa maneno, "Aliyekuandikia dawa hizi ni jamaa yako au shemeji?" Aliuliza kwa tabasamu. "Dawa zote ulizoandikiwa ni nzito. Hazipatikani hivihivi bila kutoa chochote kwanza," alisema na kukitupa cheti upande.

Baba alikuwa anachunguza kila jambo lililokuwa likitendeka. Baada ya kuona cheti kikitupwa kando, alijitokeza haraka akajitambulisha kwa mfamasia.

"Mimi ni mume wa Mama mwenye cheti hicho," alisema akikionyesha kwa kidole cheti kilichowekwa kando mezani.

"Sasa unatakaje?" mfamasia aliuliza akiukunjua mkono wake wa shati refu.

"Anataka utoe hongo," mzee aliyesimama nyuma yake alimwambia polepole. "Ni kawaida yao kufanya hivyo."

"Hizo dawa zipo au hazipo?" Baba alifoka kwa hasira. Kwa bahati nzuri, wakati huo daktari mkuu alikuwa akipita kuelekea kwenye chumba cha upasuaji.

Mfamasia alipong'amua ukali wa Baba, na kuwepo kwa daktari mkuu karibu, alibadili kauli na kusema, "Dawa mlizoandikiwa hazipo. Mtazikuta kwenye duka la kuuza madawa lililopo mtaa wa pili mkitoka nje ya hospitali. Bei zao ni nzuri, pia ni duka linaloaminika sana hapa mjini." Haya aliyasema kwa sauti ya chini. Ilikuwa dhahiri hakutaka daktari apate ujumbe ule.

"Huu ni mchezo wenu wa siku zote! Inawezekanaje ukajua duka la mitaani lenye dawa alizoandikiwa mgonjwa pamoja na bei yake? Kama huu siyo ujanja unaotawaliwa na nia mbaya, basi ni nini?" Baba aliuliza kwa sauti ya juu.

Maneno yake yalipenya kwenye masikio mepesi ya daktari. Alibadili njia na kuelekea kwenye chumba cha kugawia dawa.

"Kuna tatizo gani hapa?" aliuliza akitaka kufahamu mgogoro uliokuwapo.

"Hakuna tatizo, Daktari. Pengine ninajifanya kuwa mjuaji sana," Baba alieleza. "Ugomvi wangu na jamaa huyu ni kwamba anamnyima mke wangu dawa alizoandikiwa. Anatuelekeza tuzinunue mahali pengine mitaani."

"Cheti chake kiko wapi?" daktari alimuuliza mfamasia akijitahidi sana kuficha hasira iliyokuwa inawaka ndani yake.

"Sifahamu," mfamasia alijibu, akijifanya kutojua cheti kilipokuwa.

"Kiokote hapo chini ulipokiangusha; kisha nipe nikisome," daktari alimuamuru huku akichukua miwani yake kutoka mfukoni na kuivaa. Aliyasoma maelezo yaliyoandikwa kwenye cheti.

"Una hakika hatuna dawa hizi?" aliuliza taratibu.

Mfamasia hakujibu. Alionekana kupooza kama aliyeugua ghafla maradhi ya polio.

"Mhudumie mgonjwa, halafu njoo ofisini kwangu kabla ya saa za kufunga kazi leo," daktari alisema akimwangalia mfamasia kwa jicho kali. "Wewe Mama na mume wako, nisubiri ofisini kwa ushauri muhimu," aliongeza huku akiondoka kwa mwendo wa kasi kuelekea kwenye chumba cha upasuaji.

"Chukua dawa zenu mwondoke. Mna balaa ninyi," mfamasia aliwaambia Baba na Mama kwa sauti iliyotawaliwa na chuki.

"Laiti kama kila kiongozi kwenye sehemu yake ya kazi angewadhibiti watumishi walio chini yake, mizizi ya rushwa ingebaki juujuu. Kama ingekuwa hivi, kung'olewa kwake kungekuwa rahisi," Baba alimwambia Mama wakiwa njiani kuelekea kwenye ofisi ya daktari ambaye hakukawia kurudi.

Mfamasia alitakiwa kuandika barua ya kujieleza kwa nini asichukuliwe hatua kwa kosa la kudai rushwa akiwa mtumishi wa serikali. Maelezo yake yalipochunguzwa na uongozi wa hospitali, alipatikana na hatia akafukuzwa kazi tangu siku ile.

"Mama, tutapenda sana kukusaidia kwa muda wote utakapokuwa na ujauzito," daktari alimueleza Mama, ambaye alikuwa akimsikiliza kwa makini. "Tutahitaji ushirikiano wako kwa kuzingatia mambo ya lazima yafuatayo:

"Kila baada ya mwezi mmoja kuanzia leo, utapata kinga dhidi ya virusi vya aina mbalimbali za maradhi kwa njia ya sindano. Utapewa pia vidonge viwili vya kutibu maradhi yanayofanyiwa kinga, endapo Mimba atakuwa ameisha ugua maradhi hayo. Bila kuchukua tahadhari hii, kuna uwezekano mkubwa wa Mimba kudhurika kutokana na maradhi mabaya zaidi yanayoitwa Rushwa. Ndiyo maana unahitaji kupewa Kinga ya Rushwa ingali mapema. Kusema kweli, kiumbe anayefanyiwa kinga hiyo ni Mimba, ambaye sasa anakutegemea wewe kwa njia zote.

"Mwezi huu, unapewa kinga ya virusi vya maradhi yanayoitwa *Tamaa*. Mtu anayeumwa maradhi haya huacha kuwathamini wenzake kutokana na uchu wa pesa. Ni maradhi ya kutisha na maambukizo yake ni ya haraka. Yanaua. Hata wahenga walisema, *'Tamaa mbele, mauti nyuma'*," daktari alieleza taratibu kama ilivyo kawaida ya madaktari.

"Leo nimeshuhudia watu wawili wenye kuugua maradhi haya," Mama alisema akijikumbusha matukio ya asubuhi.

"Ni watu gani hao?" daktari aliuliza.

"Mlinzi wa lango na mfamasia," Mama alisema.

"Nadhani huyu wa pili atakuwa amepata tiba ya

kumfaa," Baba alisema. "Dawa ya mlinda lango ingali motoni. Siyo ajabu sasa itakuwa imekaribia kuchemka," aliongeza kwa utani.

Daktari alitaka kuelezwa ni jambo gani lililotokea. Baada ya kusikia kisa chote, mlinzi wa lango aliitwa, akapewa karipio kali mbele ya Baba na Mama. Hakuendelea kuwasumbua kuwadai chochote tangu siku ile.

"Daktari, dalili za ugonjwa huu ni zipi?" Mama aliuliza.

"Zinaweza kuwapo dalili nyingi na tofauti," daktari alieleza. "Hata hivyo, dalili zinazojitokeza zaidi ni kwamba mtu mwenye kuugua maradhi haya anakuwa na shauku ya kupokea pesa haramu wakati wote na huhangaika ovyo. Hukosa usingizi; wakati mwingine huonekana kama mtu aliyerukwa akili."

"Umetaja kwamba maradhi haya yana tiba?" Baba alimuuliza daktari.

"Ndiyo. Tiba yake ni dawa aina ya kidonge inayoitwa *Tosheka*. Tosheka na hali yako kazini, tosheka na mapato yako pamoja na matumizi yanayolingana nayo. Lakini usisahau kwamba siku zote ni heri kuzuia kuliko kuponya," daktari alieleza kwa lugha nyepesi.

"Asante daktari kwa maelezo yako," Mama alisema. "Mimi na mwenzangu, tunaamini kuwa kinga niliyopewa itamzuia Mimba kupata virusi vya Tamaa." Kisha yeye na baba waliaga katika hali ya furaha na kuondoka.

2

Hata Shuleni pia!

Kutokana na uchovu wa safari. Baba na Mama hawakuchelewa kula jioni ili wapumzike mapema. Walikumbushana matukio yote muhimu ya siku ile. Maongezi ya muuguzi na ushauri wa daktari ni mambo waliyoyatilia mkazo zaidi katika maongezi yao.

Mimba aliendelea kuwajibika kuutunza mji wake katika hali ya usafi. Hakuhitaji msaidizi wala mtumishi. Yeye aliamini kuwa siyo jambo zuri kuwa na mazoea ya kutumikiwa. Kwenye mji wake, hapakuwapo kitu kama uchafuzi wa mazingira. Alizingatia ukweli kwamba mazingira yanapochafuka, mkazi wa sehemu hiyo huwa amechafuka pia. Hakutumia ufagio wala sabuni. Aliutunza usafi kwa njia ya kuepuka uchafu.

"Nilisahau kumuuliza muuguzi Mimba aliingia tumboni mwangu tangu lini." Mama alimwambia Baba ambaye wakati huu alikuwa anafikiri juu ya jambo tofauti kabisa. "Ningependa sana kulifahamu jambo hili. Nitakumbuka kufanya hivyo niendapo kliniki safari ijayo."

"Nafikiri ni miezi tatu tangu," Baba alisema. "Hilo muuguzi ataling'amua akikupima. Linalonisumbua sasa ni aina ya elimu itakayotolewa kwa watoto wetu. Mwaka ujao, Dodo atakuwa na umri unaohitajiwa kuanza shule. Uandikishaji wa watoto tayari umeanza. Itabidi kesho nimpeleke kuandikishwa."

"Miaka inavyokimbia!" Mama alisema akionekana kuwa amesongwa sana na uchovu. "Sikuwa ninafikiri umri wake wa kwenda shule umetimia. Sifahamu akiondoka mambo yatakuwaje hapa nyumbani. Unajua jinsi anavyosaidia tunapomtuma hapa na pale. Hata hivyo ni vema aende, asije akaanza shule akiwa ameota ndevu."

"Baba, tafadhali usinipeleke kwenye shule anaposoma Kibe," Dodo alisihi kwa sauti ya kitoto alipoambiwa juu ya mipango ya wazazi wake asubuhi.

"Kwa nini mwanangu?" Baba aliuliza. "Kusema kweli nilitaka kukupeleka huko kwa sababu hiyo ni shule iliyo karibu, tena mimi na mama yako tulisoma hapohapo."

"Baba," Dodo aliteta. "Hiyo ni shule ya zamani isiyokuwa na matunzo mazuri. Lakini jambo linalonifanya nisiipende hasa ni kwamba wanafunzi wake hawachaguliwi kuendelea na masomo zaidi baada ya kumaliza elimu ya msingi."

"Umeyafahamuje mambo hayo?" Mama alimuuliza Dodo polepole.

"Nimemsikia Kibe akiongea na wenzake mara nyingi. Watu wengi hawaipendi shule hiyo."

"Ungependa uandikishwe wapi?" Baba aliuliza.

"Kwenye Shule ya Msingi Tegemeo. Nasikia ikiitwa Shule Maalumu. Wanafunzi wake ni wasafi; hawakai sakafuni. Wote wana madawati. Shule ina madirisha na milango. Sijasikia ikisemwa kwamba inavuja. Tena eti wanafunzi wengi sana wanachaguliwa kuendelea na masomo ya shule za upili kila mwaka."

Maneno ya Dodo yaliwapenya sana wazazi wake. Waliangaliana, kila mmoja akawa anayasoma mawazo ya mwenzake. Wote walijua kwa hakika ukweli wa maneno ya Dodo. Baba alikuwa na wasiwasi wake kuihusu Shule ya Msingi Tegemeo. Iliwagharimu wazazi zaidi ya shule nyinginezo, kwani ukiunyofoa mnofu, ukumbuke na kuguguna mfupa pia!

Mama, kwa upande wake, alitamani sana Dodo aandikishwe shuleni hapo, ingawa alifahamu vizuri uzito wa kutamani hivyo.

"Wewe unaonaje?" Baba alimuuliza Mama.

Mama alionekana kufikiri sana kisha akasema, "Tumpeleke Tegemeo."

"Lakini wewe unafahamu kwamba hatuwezi," Baba alisema akionekana kukata tamaa. "Licha ya kuwapo msururu wa malipo ya lazima, yapo pia mafundisho binafsi ambayo yanahimizwa kwa kila mwanafunzi. Pia kuna hii nyumba yetu ambayo tumeanza kujenga kwa matazamio ya kuzidi kupanuka kwa familia yetu. Nionavyo mimi, hatuwezi kuzimudu gharama hizi zote kwa wakati mmoja."

"Ninadhani hakuna sababu ya kukata tamaa," Mama alisema. "Wewe na mimi tukijifunga kibwebwe tutaweza kufanikisha lengo letu. Wewe pamoja na kazi zako za useremala, unaweza kuongeza kilimo cha mboga kama nyanya, biringanya na kabichi. Mimi nitapika vitumbua na chapati. Nitakusaidia pia kwenye shughuli za bustani nitakapokuwa ninaweza."

Baada ya kubadilishana maoni zaidi, walikubaliana kumpeleka Dodo kwenye Shule ya Msingi Tegemeo.

Asubuhi na mapema siku iliyofuatia, Baba aliondoka na Dodo kuelekea shuleni. Mvua nyepesi ilikuwa ikinyesha. Aliwakuta wazazi waliomtangulia na watoto wao wamekaa kwenye fomu mbele ya ofisi ya mwalimu mkuu. Muda si muda, mlango ulifunguliwa na Mwalimu mkuu kutokeza.

"Nitaonana na mzazi mmoja mmoja kwa kufuata utaratibu wa aliyetangulia kufika," alisema akiwaangalia wazazi. "Itabidi kila mzazi aingie na mtoto aliyeletwa kuandikishwa." Kwisha kutoa ilani yake, alirudi ndani ya ofisi na kufunga mlango.

Baada ya maelekezo haya, wazazi waliofika bila watoto waliondoka mara moja, isipokuwa mmoja aliyetangulia kuingia ofisini.

"Mbona huyo jamaa ameingia ndani bila mtoto na amekawia mno kutoka?" Mmoja kati ya wazazi waliokuwa wakisubiri kuandikisha watoto wao aliuliza baada ya nusu saa.

"Unasikia jinsi wanavyocheka? Utadhani ofisi ya mwalimu mkuu imebadilika ghafla kuwa soko kuu," Baba alisema.

"Kwani ni nani aliyeingia?" mzazi mwingine aliuliza.

"Ni binamu yake," mzazi mwingine alisema akisonya. "Yeye pia amekuja kumwandikisha mtoto ijapokuwa hakuja naye. Anautumia ujamaa uliopo kati yake na mwalimu mkuu kuwa kinga ya kujinufaisha binafsi."

"Huu ni mfano wazi wa utumiaji mbaya wa ofisi ya umma," Baba alisema kwa masikitiko.

Mara hiyo hiyo mlango ulifunguliwa na yule jamaa akatoka. Tabasamu lilimuenea usoni na hakuona haja ya kuomba msamaha kutoka kwa wenzake aliowachelewesha hivyo.

Wazazi walioingia kumwona mwalimu mkuu walitoka na sura tofauti tofauti. Wengine walitoka nje wakitabasamu; wengine wamenuna; wengine wanabubujikwa maneno au wanaangua kicheko kikubwa. Ungedhani walikutana na zimwi lililomwachia kila mmoja hisia tofauti.

Hatimaye zamu ya Baba kuingia kwenye ofisi ya mwalimu mkuu ilifika. Alimkuta akiandika kwenye daftari kubwa lililotandazwa mbele yake. Ofisi ilikuwa na ukubwa kama wa darasa. Ilikuwa safi isipokuwa buibui wachache walioning'inia hapa na pale kwenye sehemu ya juu ya kuta. Ubao mpana uliobandikwa ukutani ulionyesha ratiba ya kila darasa, zamu za walimu, orodha ya watoto darasa kwa darasa, majina ya viranja na utaratibu wa mihula kwa mwaka mzima.

"Mtoto wako ana miaka mingapi?" Mwalimu Mkuu aliuliza akiangalia kwenye daftari alimokuwa akiandika.

"Minane," Baba alijibu.

"Kwa nini umemkawisha hivyo, au anakusaidia kuchunga mbuzi?" Mwalimu mkuu alihoji. Umri uliotakiwa ni miaka saba.

"Hapana, ila ni kweli kwamba alikuwa anasaidia kidogo nyumbani," Baba alisema.

"Mbona amevaa ndara? Hana viatu?" Mwalimu mkuu aliendelea kumhoji Baba.

"Viatu anavyo," Baba alieleza. "Hakutaka kuvivaa kwa sababu ya hali ya mvua iliyokuwapo asubuhi."

"Jina lako nani?" Mwalimu mkuu aliuliza, safari hii akilielekeza swali lake kwa mtoto.

"Dodo," mtoto alijibu mara moja.

"Mbili na mbili kuongeza moja ni ngapi?" Mwalimu mkuu alimuuliza.

"Nii...ee...tano," Dodo alijibu kwa woga aliokuwa nao.

"Kijiji chenu kinaitwaje?" Mwalimu mkuu aliendelea kumpima Dodo.

"Heri," mtoto alisema akiangalia buibui aliyekuwa akimnyemelea nzi.

"Kwa nini unapenda kumwandikisha mtoto wako hapa?" Mwalimu mkuu alimuuliza Baba.

Mara Baba alikumbuka majibu ya Dodo jioni

iliyotangulia, alipomuuliza kwa nini alipenda kuandikishwa kwenye shule ile. Alifurahi kuona anaulizwa swali hilo yeye mwenyewe. Aliyakariri majibu ya Dodo, na kuyakoleza kwa mawazo ya mtu mzima.

"Uongozi mzuri wa shule hii ndio sababu ya msingi ya kumleta mtoto wetu kuandishwa shuleni kwako," alijibu.

"Katika hali ya kawaida," Mwalimu mkuu alisema akipepesa macho kijanja, "ungetakiwa kuweka jiwe la kuzuia karatasi zangu zisipeperushwe na upepo. Lakini, naona hukujitayarisha. Toa ahadi kwamba utafanya hivyo pindi umletapo Dodo kuanza shule mapema mwezi Januari." Kisha aliuinua uso wake na kumtazama Baba kwa macho makavu.

"Hii ni njia nyingine ya kudai rushwa," Baba *alijisemea moyoni kwa kinyongo. "Kumbe hata shuleni Rushwa imejipenyeza! Kwa namna ilivyo, kauli ya mwalimu mkuu kwangu siyo jambo la hiari bali ni msusumo. Ninayafahamu waziwazi matokeo ya kutotii*

amri hii yangekuwaje. Inanipasa nikubali, hata kama kufanya hivyo ni kinyume cha upendeleo wangu."

"Ninaahidi," alisema kwa sauti bila kutilia maanani ahadi aliyojifunga nayo. "Ninaahidi kutimiza ahadi yangu kwani kufanya hivyo ni tendo aali na la kiungwana." Kisha alitoka nje kama wengine waliomtangulia, akionekana kuwa na uso mzito zaidi ya ulivyokuwa kabla ya kukutana na mwalimu mkuu.

Siku iliyotangulia kuanza muhula wa kwanza, Baba alimpeleka Dodo shuleni kukamilisha taratibu zote za kuandikishwa. Alifurahi kupindukia alipokuta kuwa mwalimu mkuu aliyemhoji mbeleni amehamishiwa shule ya mbali. Mwalimu mkuu mpya hakuwa na habari za ahadi aliyoifanya Baba kwa mwalimu mkuu aliyetangulia.

Baada ya kukamilisha shughuli ya uandikishaji, Dodo alikabidhiwa kwa mwalimu wa darasa la kwanza.

"Utapenda mtoto wako akae sehemu gani?" Mwalimu wa darasa aliuliza.

"Mbele," Baba alijibu bila kufahamu maana halisi ya swali aliloulizwa.

"Sijui kama utaweza," mwalimu alisema. Alilitenga darasa katika daraja kama inavyokuwa kwenye baadhi ya vyombo vya usafiri mfano meli, garimoshi na ndege. "Nafasi za nyuma zina nafuu zaidi."

Baba hakulikubali wazo hilo. Yeye alifahamu kwamba ukaaji wa darasani ungetegemea zaidi maumbile na hali ya kipekee inayojitokeza miongoni mwa wanafunzi. Kwa maana hiyo, watoto wafupi walitazamiwa kukaa mbele na warefu nyuma. Watoto wenye matatizo ya kipekee wangekaa kadiri ya mapungufu yao. Wale wenye matatizo ya kuona karibu wangekaa mbali.

"Itabidi nishauriane kwanza na mwalimu mkuu juu ya jambo hili," Baba alisema akiinuka kuondoka.

"Ngoja kwanza," mwalimu wa darasa alisema akimshika Baba mkono. "Siyo vizuri kuvurugana siku ya kwanza ya kukutana. Kama huwezi kugharamia ukaaji kwa pesa taslimu, unaweza kuleta hata kuku baadaye."

Baada ya kusema hivi alimuonyesha Dodo akae kwenye dawati la pili, safu ya tatu, mkono wa kushoto wa darasa.

"Hata hapo panafaa," Baba alisema bila kutaka kufufua maongezi juu ya pesa taslimu au kuku.

Mwishoni mwa mwaka huo, ilikuwa zamu ya Kibe kufanya mtihani wa kumaliza elimu ya msingi. Maandalizi yote yalikuwa yanakaribia kukamilika. Kila mwanafunzi alipewa namba yake ya mtihani ambayo ilibandikwa kwenye dawati lake.

"Hakuna ushindi unaopatikana bila kutumia ujanja au mbinu," kinara wa shule aliwaambia wanafunzi wa darasa la nane waliobakiza wiki mbili kufanya mtihani. "Mwalimu mmoja anamtaka mchange pesa za dharura," aliongeza huku akiwaangalia wenzake machoni.

"Mwalimu nani, na pesa za kufanyia nini?" Mwanafunzi Fulani aliuliza.

"Sihitaji kumtaja mwalimu kwa jina," alisema kinara. "Lakini amefanya kazi kubwa kuhakikisha kuwa shule yetu imeendelea kupata matokeo mazuri. Pesa anazoitisha ni za kununulia mapema karatasi zenye maswali ya mtihani, hasa Hisabati na Kiingereza, ili kuifanya kazi yenu iwe rahisi. Pesa hizo pia zitatumika kumpa chai nzito msimamizi kusudi apunguze makali ya usimamizi wake wakati wa mtihani. Baadaye, kutakuwapo haja ya kuwatuliza wasahihishaji ili waweze kuwainua hadi kwenye alama za ushindi. Kumbuka ni wale tu watakaotoa mchango huu watakaonufaika."

"Sina hakika kama Baba atatoa mchango huu," Kibe alisema akisita.

"Baba yako anajulikana kwa kutoshirikiana. Una ruhusa kuondoka. Tutaukamilisha mpango huu wale tu watakaokubali kuchanga," kinara alisema akiufunga mjadala juu ya suala hili.

Siku iliyofuata Mama alitakiwa kwenda kliniki. Vipimo vyake vilichukuliwa na muuguzi akamweleza Mama mabadiliko yaliyokuwa yanaendelea kutokea kwa Mimba.

"Lakini kiumbe huyu Mimba aliingia lini tumboni mwangu?" Mama aliuliza kwa hamu ya kutaka kujua.

"Laiti ungeniuliza swali hili tangu mwezi uliopita. Hata hivyo, uhai wa Mimba ulianza kuwapo wakati ule mbegu ya Baba ilipounganika na yai lako. Huu ni mwezi wa tatu tangu jambo hili lilipotokea," muuguzi alimweleza Mama, huku akimwelekeza kwenye chumba cha daktari.

"Leo nitapewa kinga zipi?" Mama alimuuliza daktari baada ya kuamkuana.

"Kwanza utapewa kinga dhidi ya virusi vya maradhi yanayoitwa *Kutowajali Wengine*. Maradhi haya yanapomsibu mtu, yeye hawaoni binadamu wenzake kuwa kitu mbele yake. Hajali shida zao. Hana utu ndani mwake. Hutanguliza kudai pesa kwa huduma anazopaswa kutoa bila malipo ya ziada."

"Ni bahati mbaya iliyoje mtu kuugua maradhi haya! Tiba yake ni nini?" Mama aliuliza.

"Ni dawa inayoitwa *Huruma*. Tiba hii ilivumbuliwa siku nyingi zilizopita wala siyo kazi ngumu kuipata. Kila mtu huzaliwa nayo bali siyo kila mmoja huitumia."

"Pia utapewa kinga ya virusi vya maradhi ambayo jina lake ni *Uficho*," daktari aliendelea. "Maradhi haya yamekuwa pori la kuficha matendo ya rushwa kwani aina zote za rushwa hufanywa katika mazingira ya uficho na siri. Ndiyo maana mtu mwenye kuugua maradhi haya hapendi kuyaweka mambo yake wazi. Hujifichaficha. Hataki kufahamika kwa kuwa anaelewa uharamu wa matendo yake. Katika hatua za mwisho za maradhi haya, mgonjwa huiogopa hata nafsi yake, humtilia shaka kila mtu, huandamwa na mahangaiko ya akili kwa kukosa kuiamini jamii na hatimaye anaweza hata kujidhuru mwenyewe."

"Inafaa nipewe kinga ya kutosha ya maradhi haya," Mama alisema akionekana kuwa na wasiwasi. "Sipendi Mimba aambukizwe japo sehemu ndogo ya maradhi ya *Uficho*."

"Kwa bahati njema, kinga ya Uficho ni rahisi na nyepesi kupatikana," daktari alisema. "Kinga hiyo huitwa *Uwazi*. Ni kinga ambayo imefanyiwa uchunguzi wa kina. Imethibitishwa kufaa katika hali zote. Palipo na uwazi hapawezi kuwapo rushwa. Kwa hiyo, penye rushwa hakuna uwazi. Tukitanguliza uwazi katika shughuli zetu, rushwa itatoweka. Nina hakika ukisha tumia kinga hii, Mimba atakuwa salama kabisa," daktari alikamilisha maelezo yake na akamruhusu Mama kuondoka.

3

Usalama Bandia

Tumbo la Mama lilizidi kunenepa. Hii ilikuwa dalili ya hakika kuwa Mimba alizidi kukua. Ni wazi alihitaji kufanyiwa maandalizi yote muhimu katika kila hatua kabla hajahamia mahali pengine, maandalizi ambayo hayakuhitaji kufanyiwa kosa katika muda wake wote wa kuitwa Mimba. Sisi tuliotangulia kupitia hatua hiyo tunafahamu ingetokea nini iwapo tungevurugwa tulipokuwa kama yeye. Mimba ni hatua ya kwanza ya maisha ya binadamu. Kisha hufuata hatua ya utoto, ujana na uzee. Kuidhuru mimba ni kumdhuru binadamu halisi, japo angali kwenye hatua hiyo ya mwanzo.

Muda wa kurudi kliniki ulipowadia, Mama alisafiri kwa basi la kutoka mji wa mbali lililokuwa likipitia kijijini mwake. Mwezi Septemba ni katikati ya vuli, hivyo mimea iliyopambwa kwa rangi nzuri ya kijani ilionekana na kubadili sana mandhari ya njia nzima. Mahindi na maharagwe yalionekana siyo tu katika sehemu za mabonde bali hata kwenye miinuko. Kiangazi kilikuwa kimepita na hapakuwapo tena dalili za uchomaji wa mbuga.

Basi alilopanda Mama lilikuwa na uwezo wa kubeba abiria sitini. Hata hivyo, ilikuwa kawaida basi hilo kuongeza abiria ishirini au zaidi hasa lilipokuwa kwenye sehemu za vijijini, licha ya mizigo ya abiria ambayo pia haikuwa michache. Hali hii ilifanya usafiri wa basi kuwa mgumu na wa hatari. Serikali ilikuwa imeweka masharti, kama vile kubeba abiria walioruhusiwa, kuwa na mishipi ya usalama kwenye viti na kuweka vidhibitimwendo, lakini yalikuwa yakikiukwa kila siku.

Ilikuwa bahati kwamba siku hiyo hapakuwapo wasafiri wengi. Kiasi kilichoruhusiwa kilizidi abiria mmoja tu.

Mama alipoingia kwenye basi, kijana mmoja aliyekaa karibu na mlango alimpisha akakaa. Yeye alisimama akawa ameshikilia bomba.

"Leo ni siku ya mkosi," kondakta alimwambia dereva akiwateremsha abiria wawili waliofika mwisho wa safari yao.

"Nafuu kwangu na kwa gari pia," dereva alijibu akiliondoa gari.

"Hata chai hatunywi mjini. Siku ya balaa kwelikweli," kondakta alisisitiza akirukia garini huku anamvuta utingo ndani.

Hatua chache mbele kulikuwapo askari watatu walinda usalama barabarani waliosimama nyuma ya kibanda kilichojengwa kando ya barabara. Hawakuonekana kwa urahisi na magari yaliyotokea kushoto na kulia mwao japo wao waliweza kuliona kila gari lililokaribia. Walivaa makoti meusi kujikinga na mvua ambayo ilitishia kunyesha wakati wowote.

Mmoja kati ya askari wale alijitokeza ghafla na kulisimamisha basi, wenzake wakiwa nyuma yake.

Dereva hakutishika kuwaona. Yeye aliamini alikuwa gwiji wa nguzo tatu muhimu na za msingi kwa udereva—yaani kupanga, kuangalia na kuamua.

Baada ya basi kusimama, askari walianza kazi ya kulikagua mara moja. Mmoja wao alikiangalia kioo kikubwa cha mbele akawa anasoma karatasi zilizobandikwa humo. Kulikuwapo bima, kibali cha kuliegesha gari mjini pamoja na Hati ya Bodi ya Usafirishaji ambayo muda wake ulikuwa umekwisha. Kwenye dirisha dogo la pembeni, kulikuwapo ratiba ya gari iliyobandikwa na kufunikwa kwa karatasi inayoona.

"Sasa hivi ni saa nne kasarobo," yule askari alisema. "Ratiba inaonyesha kwamba ungekuwa kwenye maeneo haya saa tano na nusu za asubuhi. Hii ina maana kwamba umeendesha kwa mwendo wa kasi au umeondoka kwenye kituo chako cha kuanza safari kabla ya muda ulioruhusiwa."

Hakuna aliyekanusha.

"Nionyeshe kadi ya gari," askari aliamuru tena.

Dereva aliichomoa kutoka mahali ilipokuwa

akampa. "Ninataka kadi halisi siyo nakala yake," askari
alimwamrisha.

"Kadi halisi inatunzwa na tajiri," dereva alisema.

"Leseni yako iko wapi?"

"Hii hapa," dereva alimkabidhi askari nakala ya leseni yake.

"Nayo pia ni nakala. Leseni halisi iko wapi?"

"Ninaitunza nyumbani kwa ajili ya usalama," dereva alisema akitandaza mkono kuchukua hati alizokabidhi.

"Subiri kidogo!" Askari alifoka akiziweka nyaraka hizo kwenye mfuko wa ndani wa koti lake. Askari mwingine alilizunguka gari kukagua matairi, huku akiandamana na kondakta.

"Hili tairi la nyuma ni kipara mpaka nyuzi zinaonekana!" Askari alisema.

"Tulipata pancha njiani, tukaweka tairi hili ambalo ni la akiba."

"Lililopata pancha liko wapi?"

Kondakta alikosa la kusema. Hapakuwa na tairi lolote popote.

Askari vilevile aligundua kwamba kioo cha taa ya mkono wa kulia kilikuwa kimevunjika. Hata taa yenyewe ilikuwa na hitilafu. Hata alipomwamuru dereva kuiwasha, haikuwaka.

Askari wa tatu aliingia ndani kuwahesabu abiria. Aligundua walikuwamo sitini. Hapakuwapo aliyesimama wala kuchuchumaa. Mara aliwakumbuka wale abiria wawili walioteremka hivi punde, ambao aliwaunganisha nao wakawa jumla ya sitini na wawili.

"Umepakia abiria zaidi ya inavyotakiwa," askari alisema.

"Kwani wamo wangapi?" kondakta aliuliza.

"Waliomo ndani ni sitini," askari alijibu.

"Wengine wako wapi?"

"Si wale wawili ulioteremsha pale, au unadhani sisi ni vipofu?" askari alisema kwa ukali.

"Wewe unaota au vipi?" kondakta aliuliza huku akiyakenua meno kwa kejeli.

"Nani anaota?" askari aliuliza, hasira zikianza kumpanda.

"Wewe hapo!" Kondakta alijibu akihamaki. Alikuwa pande la mtu. Yeye na askari walianza kusukumana, wote wakiwa wamefura kwa hasira.

"Koplo Mati, achana na jamaa huyo. Njoo kwanza tushauriane," Sajini Nungu aliamrisha akiwa nje ya gari na hivyo kupoza kindumbwendubwe kilichokuwa kimeshamiri kati ya Koplo Mati na kondakta.

Ulifuata mkutano wa dharura wa askari watatu. Baadaye kidogo kondakta na dereva waliitwa nje nyuma ya gari kwa maongezi ya faragha.

"Makosa yenu ni matano," Sajini Nungu alisema. "Makosa hayo ni pamoja na kuendesha gari bovu, kubeba abiria zaidi ya inavyostahili, kutokuwa na leseni hai ya kubeba abiria, hamfuati ratiba na mmeonyesha dalili za utovu wa nidhamu kwa askari wa usalama barabarani wakiwa kazini. Mnafahamu adhabu ya makosa hayo ni nini?"

"Hapana," kondakta alijibu haraka.

"Elfu mbili mara tano ni ngapi?"

"Elfu kumi," dereva alijibu kwa unyonge.

"Hiyo ndiyo faini yake na pengine hata kifungo juu," Sajini Nungu alisema akitabasamu kinafiki.

"Mnataka tuyamalize hapahapa au tuwapeleke kortini?" askari mwingine aliuliza akijidai kuandika makosa yaliyokutwa kwenye gari.

"Afadhali hapahapa," dereva alisema. "Tutoe ngapi?"

"Fanya nusu ya hiyo," afande alisema.

"Hata robo yake hatuna. Siku hizi biashara siyo nzuri; ushindani umekuwa mkubwa. Chukua mbili," kondakta alisema akipapasa kwenye mkoba wake wa pesa.

"Mnaona jinsi tulivyo. Fanya nne, basi," afande alisema akitandaza mkono.

"Hatuna na hatuwezi," kondakta alisema kwa sauti ya chini. "Huu siyo tena usalama halisi. Umebaki kuwa usalama bandia."

"Koplo Mati, lisindikize gari hili hadi kituoni. Jamaa hawa wanajifanya kuwa wajanja sana. Hakikisha wametayarishiwa mashtaka ya kupelekwa kortini kesho," Sajini Nungu aliamuru.

Askari alipiga saluti, akaingia sehemu ya mbele na kuketi kando ya dereva. Gari liliondoka kwa mwendo wa polepole kuelekea kwenye kituo cha polisi.

"Hali hii inasikitisha sana," abiria mmoja alisikika akimwambia mwenzake kwa sauti ya chini.

"Hali gani?"

"Kupatana kiasi cha hongo kana kwamba ni kitendo kilichohalalishwa! Mwafaka usipopatikana, mwenye uwezo anaamua kumpeleka mnyonge mbele."

"Unafahamu jambo hili linatokana na nini?"

"Kusema kweli sifahamu, labda kwa kubahatisha tu. Pengine ni kutokana na mshahara mdogo wanaolipwa askari."

"Hapana," abiria aliyeanzisha maongezi alisema. "Kiasi kidogo cha mshahara hakiwezi kuhalalisha uvunjaji wa sheria. Rushwa ni kama asali. Kadiri mtu anavyoionja, ndivyo anavyotamani kuionja zaidi. Jambo la kuzingatia ni kuepuka 'kuonja'. Kama hujaonja kitu, hujui utamu au uchungu wake. Vivyo hivyo, usipoanza kujihusisha na rushwa huwezi kuwa mtumwa wake hata siku moja. Utakuwa salama daima."

Maongezi haya ya watu wawili yalielekea kuwavutia abiria wengi hasa kwa sababu ya kero za kila namna zilizotokana na rushwa.

"Nionavyo mimi," abiria mwingine alisema kwa sauti, "kishawishi cha utoaji na upokeaji rushwa miongoni mwa walinda usalama barabarani na wenye magari kinachochewa na kiasi kikubwa cha pesa kinachotozwa na mahakama kwa kila kosa. Shilingi elfu tano, kwa mfano, ni nyingi mno kwa mtu kuzitoa kama kuna njia ya mkato ya kuepuka kufanya hivyo. Ndiyo maana mvunja sheria anachagua kutoa hongo ya shilingi elfu mbili ama tatu na kubakiza ziada kwa matumizi mengine," alisema akitazamia kuungwa mkono na kila mmoja.

"Hiyo siyo kweli," abiria mwingine alidokeza. "Kama ingekuwa hivyo, sisi na gari hili tusingekuwa chini ya ulinzi sasa tukipelekwa kituoni."

"Ni kwa sababu ya tamaa kubwa ambayo watoa na wapokea rushwa wameisha kuwa nayo. Kumbuka mfano wa asali uliotajwa hivi punde."

"Maana niliyo nayo," mtoa hoja alieleza, "ni kwamba endapo adhabu ingekuwa ndogo, basi kungekuwapo uwezekano mkubwa wa kuchagua kulipa faini kwa njia halali, badala ya mdai na mtoa rushwa kupatana kiasi cha hongo kama inavyofanyika sasa."

Maongezi haya yalipokuwa yanaendelea miongoni mwa abiria, dereva na askari walikaa kimya kabisa, kila mmoja akimtupia mwenzake kwa siri jicho la chuki. Hata hivyo, utulivu huu haukudumu kwa muda mrefu.

"Unanipeleka wapi? Kufanya nini? Kwa kosa gani? Sasa basi!" Dereva alipayuka ghafla. Alikanyaga kwa nguvu pedali ya kuongeza mwendo, huku akimkodolea macho askari mithili ya mtu aliyebadilika ghafla kuwa punguani.

Chombo cha kuonyesha kasi ya mwendo wa gari kilipanda upesi. Kilionyesha kilometa themanini kwa saa. Mwendo huu haukuwa wa kawaida kwa gari na kwa aina ile ya barabara. Kengele dogo ya kuashiria hatari ilianza kulia. Karibu abiria wote waliamka vitini isipokuwa wachache waliokuwa wamesinzia. Baadhi yao walianza kusali na wengine walifumba macho ili wasishuhudie jambo ambalo lingetokea.

Basi sasa lilikuwa linapaa. Mapigo ya moyo wa Koplo Mati yalikwenda kasi zaidi ya gari aliloabiri, akawa anatokwa kijasho chembamba. Hakuweza kuvumilia abadani kumuona dereva akivunja sheria ya barabara hali amekaa kandoni mwake. Yeye alikuwa mwanausalama, tena usalama wa barabarani. Vipi jamaa huyu anajaribu kumdhalilisha akiwa kandoni mwake? Licha ya kuhatarisha uwezekano wake wa kupanda cheo, alitishia pia maisha yake na ya abiria wengine. Aliamua kumpiga kikumbo akiwa na nia ya kumuondoa usukani na ikiwezekana yeye mwenyewe aliendeshe gari salama hadi kituoni. Alijaribu kukumbuka harakaharaka njia ambayo ingefaa kutumika katika hali kama hiyo. Ilibidi atumie mbinu zote alizopata kwenye chuo cha mafunzo kufanikisha mpango wake.

Ghafla alimrukia dereva, ambaye alimkwepa lakini alifanikiwa kumuondoa kwenye usukani. Koplo Mati alijigonga kwa nguvu kwenye mlango unaotumiwa na dereva, ambao ulifunguka mara moja. Kofia yake ilitangulia kurushwa nje. Yeye aliifuata kwa kishindo akawa anaburuzwa na gari ambalo lilikuwa halina kiongozi. Gari liliyumbayumba likaiacha njia na kupinduka mara tatu. Kisha likalala kiubavu kwenye mkono wa kulia na kumbana Koplo Mati mpaka akafa.

Kondakta alipata maumivu makali ya kifua. Abiria wengi walipata majeraha makubwa kwa madogo. Wachache walinusurika wazima, Mama akiwa miongoni mwao.

Abiria wachache walipelekwa kituoni ili kuisaidia polisi katika upelelezi wa tukio hilo. Kutokana na kiwewe, dereva alitaka kukimbia huku akivuja damu usoni kutokana na jeraha alilopata. Alikamatwa na watu waliokuwa karibu. Baada ya kupewa huduma ya kwanza na muuguzi aliyekuwa miongoni mwa abiria, yeye na kondakta walipelekwa kwenye kituo cha usalama. Licha ya makosa waliyoandikiwa hapo mwanzo, dereva aliongezewa kosa la kuhusika kwenye kifo cha askari aliyekuwa kazini.

Baadaye basi lilivutwa hadi kwenye depo la magari yaliyopata ajali, kuhifadhiwa kama ushahidi wa tukio.

"Kesi hii itapelekwa mahakamani baada ya kukamilika kwa upelelezi," mkuu wa kituo aliwaambia dereva na kondakta. "Kila mtu ana haki ya kujitetea kwa mujibu wa sheria za nchi na huwa hana hatia hadi korti limuhukumu. Hata hivyo, mtawekwa chini ya ulinzi mpaka hapo mtakapopelekwa kortini, pengine kesho ikiwezekana." Kisha aliwageukia abiria ambao sasa walimiminika nje ya basi lililoharibika na kuwaambia, "Tutahitaji muorodheshe majina yenu ili muweze kuwasaidia polisi mtakapohitajika."

"Lakini mimi nimeumia kifua tena mwili mzima unauma," kondakta alisema kwa sauti iliyoonyesha maumivu makali. "Ninahitaji huduma ya matibabu maana kila mtu ana haki ya kupata tiba na hifadhi za kijamii zilizo za lazima."

"Utapelekwa zahanati ya umma ukiwa chini ya ulinzi, kwani katika kufaidi haki na uhuru kila mtu atakuwa chini ya mipaka ya sheria," mkuu wa kituo alisema, akiwapa nafasi askari waliokuwa chini yake kutimiza maagizo yake.

Baada ya hekaheka zilizotokea katika ajali na baadaye, kila mmoja aliruhusiwa na mkuu wa kituo kuendelea na shughuli zake. Mama alifika kliniki mnamo saa za alasiri. Kulikuwapo akina mama wachache wajawazito, kwani wengi wao walikuwa wamehudhuria saa za asubuhi na kuondoka. Baada ya muda mfupi, Mama aliingia ndani kuonana na muuguzi.

"Hali ya Mimba mwezi huu ikoje?" Mama aliuliza huku muuguzi akimpimapima.

"Inafurahisha na kutia moyo kuona kwamba Mimba angali na afya nzuri. Anaendelea kuongezeka kimo na kubadilika taratibu kila siku ipitayo," muuguzi alisema akizidi kumpa Mama moyo wa matumaini.

"Lo, kukua kwa Mimba ni jambo la ajabu kweli!" Mama alishangaa. Kisha muuguzi alimtaka aingie chumba cha daktari.

"Unaweza kubashiri leo unapata kinga dhidi ya virusi vya maradhi gani?" Daktari aliuliza huku akitabasamu.

"Sifahamu," mama alijibu kwa mkato.

"Kinga ya kwanza itakuwa ni dhidi ya maradhi yanayoitwa *Ukatili*," daktari alisema. "*Ukatili* ni maradhi yanayoogofya mno. Mtu mwenye kuugua maradhi haya hupenda kuonea, hukosa upole, na nafsi yake hujaa udhalimu. Dhamiri yake huwa butu. Haoni haya kudai au kupokea rushwa kutoka kwa jamaa na rafiki zake na

54

hata wale asiowafahamu. Ukatili unapomwandama mtu, sifa zote zinazomfanya kuwa muungwana hutoweka kwa sababu hali hizi mbili haziafikiani."

"Singependa hata kidogo Mimba kuambukizwa maradhi haya," mama alisema. "Lakini, kama atakuwa ameambukizwa, tiba yake ni nini?"

"Tiba ya *Ukatili* ni *upendo*," daktari alijibu. "Mtu mwenye upendo hujitenga na hali zote zinazoweza kumwingiza yeye au mwenzake kwenye matatizo. Kusema kweli, upendo ni kinga ya rushwa, maana palipo na upendo hakuna ukatili.

"Kinga ya pili unayopewa leo, madhumuni yake ni kukuepusha kupata virusi vya maradhi ambayo jina lake ni *Udanganyifu*," daktari aliendelea. "*Udanganyifu* ni maradhi yanayomfanya mtu kuwa na tabia ya kutosema au kutotenda mambo yaliyo kweli. Mtu mwenye kuugua udanganyifu huwa laghai, mjanja na asiyeweza kuaminika. Kauli zake huwa za uongo. Tamaa ya kupokea rushwa hukita mizizi yake kwenye udanganyifu na kumfanya mgonjwa awe kipofu wa haki."

"Lazima yawe ni maradhi hatari. Nisingependa kamwe kumzaa mtoto mwenye kuugua udanganyifu," Mama alimwambia daktari akiwa katika hali ya kunyong'onyea. "Kinga ya maradhi haya ni nini?"

"Tiba nyingi zimefanyiwa uchunguzi. Tiba inayoelekea kukubalika zaidi ni ile inayoitwa *unyofu wa moyo*. Mahali ambapo tiba hii imetumika, udanganyifu umetoweka na rushwa imeshindwa kutokeza," daktari alifafanua na kuhitimisha mafunzo na maelekezo ya mwezi.

4

Kura za Maoni Mahakamani

Alipofanyiwa uchunguzi kwenye zahanati alikopelekwa na maafisa wa usalama, kondakta alionekana kuwa na jeraha kubwa kifuani lililotokana na kuchomwa na kitu chenye ncha kali. Licha ya matibabu bora na ya mapema aliyopewa, hali yake ilizidi kuwa mbaya. Aliaga dunia baada ya siku mbili akiwa hospitalini, ikawa sasa dereva atayakabili mashtaka pekee.

Upelelezi wa polisi ulipokamilika, tarehe ya kusikilizwa kesi ilipangwa. Dereva aliletwa mahakamani akiwa chini ya ulinzi mkali wa askari wanne, baada ya kuonyesha ishara za kutaka kutoroka siku ya ajali. Hakuwa amebadilika sana isipokuwa nguo zake zilikuwa zimechafuka. Mahakama ilitazamiwa kuanza baada ya muda mfupi.

Ukumbi wa mahakama ulikuwa na ukubwa wa wastani. Kiti na meza ya hakimu vilikuwa kwenye sehemu ya mbele iliyojengwa mfano wa jukwaa dogo. Juu yake ukutani ilionekana picha ya Mkuu wa Nchi pamoja na Nembo ya Taifa. Wazee wawili wa Baraza, mwanamume na mwanamke, walikaa mbele ya hakimu – mmoja upande wa kushoto na mwingine kulia. Hawa walimsaidia hakimu katika kuamua hatia katika kesi kama waakilishi wa raia. Mbele kidogo ya hakimu kulikuwa na meza ya kiongozi wa mashtaka, ambaye alionekana kushughulika na kuyapitia madaftari yaliyokuwa mbele yake. Kulikuwapo pia askari mtunza amani mahakamani. Meza ndogo ya karani wa mahakama iliwekwa sehemu ya chini mbele ya meza ya hakimu. Kulikuwapo vizimba viwili – kimoja kila upande kwa ajili ya mshitaki na mshitakiwa. Viti vichache viliwekwa kwa ajili ya wasikilizaji na, wakati mwingine, mashahidi.

"Kimya kortini!" Askari alisema kwa sauti ndogo na ya juu hakimu alipoingia mahakamani. Kila mtu

58

alisimama siyo tu kwa sababu ya heshima kwa hakimu, bali pia kwa mamlaka aliyowakilisha. Alipoketi nao waliohudhuria waliketi kwa ukimya.

Majalada ya kesi zilizopangwa kusikilizwa siku ile yaliwekwa mbele ya hakimu. Aliyachambua, kisha akalichagua mojawapo na kumuashiria kiongozi wa mashtaka.

"Podo bin Karo," kiongozi wa mashtaka aliita. Dereva wa basi lililosababisha ajali alisimama na kuelekea kwenye kizimba cha mshtakiwa. Baada ya kuulizwa mambo machache ya msingi kuhusu umri wake, dini na utaifa wake na kiongozi wa mashtaka, aliapishwa. Aliulizwa iwapo alihitaji msaada wa wakili au kama angalijitegemea.

"Nitajitetea mwenyewe," dereva alisema. "Mtu ambaye hakuona mambo yalivyokuwa atawezaje kuyafahamu zaidi kuliko mimi niliyeyashuhudia tangu mwanzo hadi mwisho?"

"Kutokana na uzito wa mashtaka ambayo utasomewa hivi punde, ingekusaidia sana kupata msaada wa wakili," hakimu alimueleza.

"Ni vizuri kama ingekuwa hivyo kwa sababu watu wote ni sawa mbele ya sheria na wanapaswa kulindwa na sheria bila ubaguzi."

"Pengine nitauhitaji msaada wa wakili baadaye, lakini kwa sasa hivi nitajitetea," dereva alisisitiza.

"Haya basi," hakimu alisema. "Umeshtakiwa kuwa mnamo tarehe 5 Juni, mwaka huu, ulihatarisha usalama wako, wa abiria na wa watumiaji wengine wa barabara kwa kuendesha gari bovu, kubeba abiria zaidi ya walioidhinishwa, kutokuwa na leseni hai ya kubeba abiria, kutofuata ratiba, kuwaingilia kazi walinda usalama barabarani kwenye utendaji wao na baadaye kuua bila kukusudia askari aliyekuwa kazini. Je, una hatia ama huna?"

"Sina hatia," dereva alijibu bila kuongeza neno.

"Vema," hakimu alisema akimwangalia usoni. "Tamko la haki za binadamu linabainisha kuwa, mtu yeyote anayeshtakiwa kwa kosa la jinai anachukuliwa kuwa hana hatia mpaka pale inapothibitika mbele ya sheria kwenye mahakama ya wazi akiwa amejitetea. Ninaiahirisha kesi hadi tarehe 17 Juni, mwaka huu. Korti limechukulia kuwa wewe ni mshtakiwa wa mara ya kwanza na hivyo linakupa dhamana ya shilingi elfu ishirini na mdhamini mmoja wa kiasi kama hicho. Ukishindwa na masharti ya dhamana hii utawekwa rumande mpaka tarehe ya kesi yako," hakimu alisema huku akiandika amri yake kwenye jalada.

Dereva alikuwa amekadiria kuwa huenda akapewa dhamana na hivyo alikuwa amemwagiza bibiye kubeba kiasi cha pesa. Alikuwa ameleta shilingi elfu kumi na saba, nao marafiki waliohudhuria walichanga baki ya elfu tatu zikatimia ishirini. Shida sasa ilikuwa ni mdhamini.

"Usijali. Nitakuja kesho kukudhamini," Mzee Pambio alimwambia akiwa njiani kupelekwa rumande. Yeye alikuwa rafiki mkubwa wa dereva, na alikuwa tayari kuiweka hati ya kumiliki shamba lake kama dhamana kwa rafikiye. Hati hizi zilikubaliwa na korti kusimamia dhamana.

Asubuhi siku iliyofuatia Pambio alijitahidi kukamilisha taratibu zilizohitajika kuandikisha dhamana.

"Kupata mdhamana ni haki ya mtuhumiwa na ni jambo lisilokuwa na shida kutimizwa," karani wa mahakama alimweleza Pambio. "Shida iliyopo hapa ni kupatikana kwa fomu za maombi."

"Kwani tatizo ni nini?" Pambio aliuliza.

"Nimeisha kueleza. Ni kupatikana kwa fomu za kuombea dhamana. Zimekwisha," karani alisema.

"Zinachukua muda gani kupatikana?"

"Hazina muda maalum. Inategemea wewe unazihitaji kwa haraka kiasi gani. Rudi baada ya siku tatu. Nina hakika wakati huo zitakuwapo."

"Hii nayo ni hali ya kusikitisha sana," Pambio alijisemea moyoni akiwa njiani kurejea nyumbani. "Mahakama zinakosa hata zana muhimu za kufanyia kazi!"

Aliporudi kuonana na karani siku ya tatu, Pambio alishtuka kuambiwa jambo tofauti kabisa.

"Umekuja kulipia rafiki yako dhamana?" Karani alimuuliza.

"Naam. Ulisema fomu za maombi ya dhamana zitakuwepo leo."

"Kusema kweli, fomu hizo hazijawahi kutuishia," karani alisema akimfanya Pambio kuduwaa kwa mshangao. "Shida iliyokuwapo ni kwamba jalada la kesi ya mwenzako limetoweka."

"Litapatikana lini na vipi?"

"Litakapotafutwa," karani alijibu kwa kifupi akijifanya kuwa na shughuli nyingi. "Lakini tatizo lako wewe ni kushindwa kuelewa hali halisi ilivyo."

"Labda ni kweli. Lakini nitaelewaje bila kuelezwa kwanza?"

"Sikiliza nikufahamishe kwa lugha utakayoielewa. Unaonekana kuwa mzito wa kung'amua mambo. Siyo kawaida yetu kuzungumza kwa uwazi namna hii. Kutokana na uzito wa makosa ya mwenzako, ukitaka kulipia dhamana itakupasa uongeze na zetu tatu," karani alisema akibainisha nia yake.

"Sasa hivi sina pesa kiasi hicho," Pambio alisema huku wazo jipya likimjia. "Hata hivyo, mwenzangu anao mbuzi. Nitawauza baadhi yao niweze kutimiza haja yako siku ya Jumatano asubuhi."

"Sitaki mgogoro. Ninataka pesa zisizopakwa unga wa polisi," karani alisema akiagana na Pambio.

"*Nitaiendea Halmashauri ya Kupambana na Ufisadi,*" Pambio alisema kimoyomoyo. "*Labda huyu naye watameza kumpunguza.*"

Maafisa wa upelelezi walimwamkia na kuyasikiliza malalamishi yake. Mtego thabiti ulipangwa ambao ulimnasa karani bila kukosea. Kwa kuwa alikamatwa waziwazi, alipoulizwa iwapo alikubali au kulikataa kosa, alikiri moja kwa moja. Siku ya hukumu ya kesi yake hakimu aliwaambia wote waliohudhuria, "Kudai na kupokea rushwa imekuwa kero ya kutisha katika jamii yetu. Ni jambo la kutisha zaidi hali hii inapojitokeza miongoni mwa vyombo vyenye wajibu wa kulinda na kutoa haki. Inanipasa kutoa adhabu kali kwa kosa la aina hii ili uwe mfano kwa wengine wanaofanya matendo haya maovu. Nimemhukumu mshitakiwa kutumikia kifungo cha miaka mitatu na kazi ngumu."

Ilimchukua dereva wiki nzima ya uhabusu kulipiwa dhamana na rafiki yake Pambio. Ikawa sasa ameachiliwa kuwa akihudhuria kesi yake kutoka nyumbani. Vilevile, alibahatika kumpata wakili mmoja kutoka shirika la kujitolea kumtetea.

Zamu ya kusikiliza upande wa mashtaka ilipokwisha, upande wa utetezi pia ulisikilizwa. Maswali yaliulizwa na kujibiwa. Mashahidi wa upande wa serikali na wa mshitakiwa walihojiwa. Kesi ilikaribia kumalizika. Ilibaki kutolewa hukumu.

Jumatano moja, siku tatu kabla ya kusomwa kwa hukumu, mzee wa baraza alimtembelea dereva nyumbani mwake akitaka maongezi ya faragha naye. Alikaribishwa akakaa kwenye kiti sebuleni.

"Ninao ujumbe wako ambao ni muhimu na wa haraka," mzee wa baraza alianzisha maongezi.

"Kutoka wapi?" Dereva aliuliza.

"Kwa mheshimiwa hakimu."

"Anasemaje?"

"Hilo ndilo lililonileta kwako. Nisikilize kwa makini. Hapa nyumbani kwako ni salama lakini?" mzee wa baraza aliuliza kwa sauti ya chini.

"Una maana gani?"

"Kwamba hakuna neno kati ya tutakayozungumza litakaloponyoka na kuingia kwenye sikio la mtu asiyekuwa mimi au wewe," mzee wa baraza alieleza kwa ufasaha.

"Usiwe na shaka, hapa tulipo ni salama kabisa. Kama utapenda ninaweza hata kuufunga mlango," dereva alisema akiinuka kuelekea mlangoni.

"Subiri kidogo kwanza nitoke nje kwa haja ndogo," mzee wa baraza alisema akichomoka kwenda nje.

Dereva ambaye tayari alikuwa ameng'amua maongezi ya mzee yangekuwa ya aina gani, alifanya haraka kutafuta chombo cha kunasa sauti akakiweka nyuma ya mlango uliotenga sebule na sehemu ya ndani ya nyumba. Aliharakisha kukisogeza kiti chake na cha mgeni karibu na mlango ili chombo kiweze kuzinasa sauti zao kwa urahisi.

Kutokana na haraka aliyokuwa nayo, pamoja na hamu ya kufanikisha maongezi, mzee wa baraza aliporudi ndani hakuyaona mabadiliko ya ukaaji yaliyokuwa yamefanyika.

"Tangu nilipopata ajali masikio yangu yamekuwa mabovu," dereva alisema kijanja. "Hayasikii vizuri. Naomba useme kwa sauti kubwa ili niweze kukusikia na kuchangia ipasavyo katika maongezi yetu."

68

"Sifahamu kama umeng'amua kuwa kesi yako imechukua muda mrefu kusikilizwa kuliko ilivyo kawaida," mzee wa baraza alifungua maongezi. "Pengine utakuwa umegundua kuwa kesi yako tangu mwanzo hadi mwisho imekosa ule msisimko ambao hakimu na wazee wa baraza huwa nao katika kesi za aina hii. Unakumbuka kuwa wakati fulani, nadhani kwenye hatua ya utetezi, hakimu hakufurahishwa na namna ulivyokuwa ukiyajibu maswali yake na ya wazee wa baraza?"

"Ninayakumbuka haya yote. Lakini sijui kwa nini ilikuwa hivyo," dereva alisema.

"Ni kwa sababu huna uzoefu na mambo ya mahakama. Suti ya hakimu inahitaji kwenda kwa dobi kila baada ya siku mbili. Mara nyingi sana hakimu huondoka bila kuacha mboga nyumbani. Analazimika kukutana na wenzake kwenye kumbi za starehe kila siku jioni ili kuyajadili masuala yanayohusu sheria. Sisi wazee wa baraza siku hizi tunatoa huduma zetu bila posho. Sasa ni miezi sita bila mtu kupokea chochote kutoka kwenye hazina ya mahakama. Inapasa mteja achangie gharama hizi. Wateja walio wengi hufanya hivyo tangu mwanzo wa kesi zao. Lakini kuna wale wateja kama wewe ambao kutokana na ukorofi au kutojua huacha kufanya hivyo. Hao tunawasubiri hadi mwisho wa kesi zao kabla ya kusomewa hukumu."

"Lakini ujumbe wako haujakamilika. Hujataja hakimu amekutuma nini hasa kwangu," dereva alisisitiza.

"Ninafahamu. Hilo ninalijia taratibu. Mheshimiwa hakimu anasema kuwa kesi yako ni mbaya sana. Kama unataka kufanikiwa, yaani kuachiwa huru au kupunguziwa adhabu, huna budi kutoa soda kidogo. Elfu hamsini zinatosha kabisa kusawazisha kila kitu."

"Unaweza kupunguza kidogo kiasi hicho cha *soda*?" dereva aliuliza.

"Ninaweza, isipokuwa isiwe chini ya elfu arobaini na tano."

"Ninakubali," Dereva alisema akimpima mzee wa baraza. "Ninahitaji juma moja kupata pesa hizo. Lakini je, nitaziwasilisha vipi kwake?"

"Mimi nitazifuata siku ya Alhamisi juma lijalo na kumpelekea. Wewe unaonaje?" Mzee wa baraza aliuliza akikusudia kujenga uhusiano mzuri kati yake na dereva.

Ilimpasa dereva kufikiri haraka. Hakuona sababu ya kumhonga mtu ili kununua huduma aliyostahili kupata bure. Alivyoona yeye, hakuridhika kumnasa hakimu peke yake bila kumbana pia mzee wa baraza huyuhuyu, ambaye anatumika kama wakala wa kumkusanyia hakimu rushwa.

"Ninavyoona mimi, pesa hizi nitazileta mwenyewe siku na wakati uliotaja," dereva alisema. "Nitafika mapema kabla hakimu hajaanza kazi siku hiyo. Ningependa uwepo kushuhudia nikimpa pesa hizo kwa sababu jambo linapokosa shahidi, inakuwa vigumu kulithibitisha."

"Nimekuelewa. Mheshimiwa hakimu na mimi tutakuwa ofisini saa mbili asubuhi kwa ajili hiyo. Usichelewe au kukosa kufika kama tulivyopatana," mzee wa baraza alisema akiaga na kuondoka kwa furaha kwa kufanikiwa kwa shabaha yake.

Yalikuwapo mawasiliano ya haraka kati ya dereva na Halmashauri ya Kupambana na Ufisadi. Uliandaliwa mtego wa kumnasa hakimu na mzee wa baraza.

"Utajikawisha makusudi ili ulipaji wa pesa hizi ufanyike saa mbili kamili bila kuwahi au kuchelewa hata dakika moja," mkuu wa kikosi cha kupambana na ufisadi alisema huku akimpatia dereva bunda la noti zilizotiwa wino maalum. "Utampa kwanza mzee wa baraza elfu ishirini na tano. Atazihesabu na kumpa hakimu. Halafu utampa kiasi kitakachokuwa kimebaki. Shughuli hii itachukua kama dakika tatu. Wakati huo sisi tutaingia ndani. Tungependa kumkuta kila mmoja wa watu hawa wawili akiwa na kiasi fulani cha pesa hizi mkononi au mfukoni mwake."

Mipango ilitekelezwa kama ilivyosukwa. Askari na wadhibiti rushwa walipoivamia ofisi ya hakimu, waliyakuta mambo yakiendelea kama yalivyokuwa yamepangwa. Hakimu aliichomoa bastola iliyokuwa kwenye mfuko wa ndani wa koti lake. Alishitukia bastola nne zikiwa zinamlenga kila upande tayari kumfumua kama angefanya lolote. Mzee wa baraza alitaka kutoroka, akazuiwa mlangoni na askari wawili waliobaki nje.

"Weka silaha hiyo mezani!" kiongozi wa kundi alimwamrisha hakimu.

Hakimu alitii amri akitetemeka. Alikamatwa na kufikishwa kwenye kituo cha polisi. Iligunduliwa siku hiyo kwamba aliimiliki silaha hiyo kinyume cha sheria. Mzee wa baraza alishitakiwa kwa kosa la kushiriki kudai na kupokea rushwa na kupatikana na hatia. Alipewa kifungo cha miaka mitano. Hakimu alikataliwa dhamana hadi kukamilika kwa upelelezi.

"Mambo yamebadilika," hakimu alisikika siku moja akimwambia rafiki yake aliyefika kumwona akiwa mahabusu. "Mpokea rushwa sasa hana budi kuwa mtoa rushwa. Ni lazima nitoe chochote kwa hakimu atakayesikiliza kesi yangu."

"Hiyo itakuwa ajabu na aibu — hakimu kumhonga hakimu!" rafiki yake alisema. "Kama ningalikuwa wewe, ningalijiepusha na tendo hilo kwa sababu linaweza kukuingiza kwenye hatia mpya."

Hakimu hakujibu. Kwa kuwa ushahidi dhidi yake ulikuwa dhahiri, kesi yake haikuchukua muda mrefu kuamuliwa. Kama ilivyotarajiwa, alipatikana na hatia akahukumiwa kufungwa miaka saba na kazi ngumu.

Kesi ya dereva ilianza kusikilizwa upya na hakimu mwingine kwenye mahakama nyingine. Wakili wa kujitolea alimtetea kwa dhati. Mwishowe korti liliamua kuwa kifo cha askari wa barabarani kilitokana na makosa yake mwenyewe kung'ang'ania usukani basi likiwa mwendo. Mwishowe dereva alipatikana na makosa katika mashtaka mawili kati ya matano, yakiwa ni kuendesha gari mbovu na kubeba abiria zaidi. Alitozwa faini ya shilingi elfu ishirini na kuonywa kutoyarudia makosa kama hayo kwa kipindi cha mwaka mmoja. Alitia sahihi katika stakabadhi iliyoiruhusu serikali kuchukua pesa alizoweka dhamana kulipia faini yake.

Siku moja asubuhi baada ya kumalizika kwa kesi hiyo, umati wa watu waliofika kwa shughuli mbalimbali za mahakama walionekana wameshonana kwenye ubao wa matangazo. Kila mmoja alijitahidi kusoma tangazo lililobandikwa ukutani. Hata hivyo, kwa kuwa karatasi lenyewe lilikuwa ndogo, ni watu wachache tu waliobahatika kuwa mbele ambao waliweza kulisoma tangazo hilo kwa urahisi.

"Mnasoma nini?" mzee Fulani aliuliza akiwa nyuma ya umati.

"Kuna tangazo la mkuu wa mkoa," kijana aliyekuwa mbele kabisa alijibu.

"Basi lisome kwa sauti sote tunufaike," mzee alishauri.

"Tangazo linasema hivi," kijana alianza kusoma. "Kutakuwapo mkutano wa watu wote kwenye ukumbi wa mahakama ya wilaya leo tangu saa tisa alasiri. Madhumuni ya mkutano huo ni kuchunguza hali ya utendaji kazi wa mahakama za hapa mjini. Dhumuni la pili ni kupiga kura za maoni kubainisha wafanyakazi wa mahakama hizo wanaojihusisha na vitendo vya rushwa. Kila mmoja anakaribishwa."

"Huo unaweza kuwa ufagio mzuri kwenye mahakama hizi zilizochafuka sana kwa rushwa," mwanamke wa makamo alisema.

Kwenye mkutano huo, maoni ya busara yalitolewa mbele ya mkuu wa mkoa kuhusu namna ya kudhibiti vitendo vya kudai na kupokea rushwa. Miongoni mwa njia zilizopendekezwa ni wafanyakazi kutokaa kwenye kituo kimoja cha kazi kwa muda mrefu, kuwepo utaratibu wa hakika na wa kudumu wa kufanya tathmini ya utendaji wa mahakama, kupata maoni ya wananchi mara kwa mara kwa njia ya kura za siri kuhusu wanaojihusisha na vitendo vya rushwa, na kuwepo utekelezaji wa mapema wa matokeo ya kura za maoni.

Katika mkutano huo, mzee mmoja wa baraza, makarani wawili na hakimu mmoja waliongoza kwenye kupigiwa kura za maoni. Walionekana kufadhaika sana. Mmoja wao alitakiwa kutoa maoni yake kwa niaba ya wenzake kuhusu matokeo ya kura hiyo.

"Ni kura iliyotawaliwa na chuki, fitina na wivu. Hakuna ukweli wowote ndani yake," mwakilishi wa wapigiwa kura alisema kwa sauti iliyonyong'onyea.

Mwishoni mwa mkutano huo wa kura za maoni, mkuu wa mkoa alitoa msimamo wa serikali kuhusu suala la rushwa.

"Serikali haiwezi kulifumbia macho tatizo hili ambalo sasa limekuwa sugu," alisema. "Watumishi wa ngazi zote wanapaswa kuwa waadilifu na wenye kufuata sheria, kanuni na taratibu wanapokuwa katika utendaji wa kazi zao. Watumishi waliopigiwa kura katika mkutano huu, ajira yao inasimamishwa mara moja na uchunguzi wa kina utafuata kwa kila mmoja wao. Hatimaye kila mmoja ataadhibiwa ikibainika wanastahili adhabu."

Tangu siku ile ya ajali, Mama alikuwa mwoga sana wa kusafiri kwa basi. Hakuwa na imani na usafiri huo tena.

"Nitalazimika tu kuutumia usafiri huu kwa sababu sina uchaguzi mwingine," alimwambia Baba kwa kusononeka wakati wa safari ya kurudi kliniki ilipowadia. "Kwa namna ninavyojihisi kuongezeka uzito, nadhani usafiri wa baiskeli ungenidhuru zaidi."

"Usiwe na shaka. Ajali haitokei kila siku ya safari. Ni vyema mimi nibaki nyumbani ili niendelee kusimamia ujenzi wa nyumba yetu. Ninakutakia safari njema," Baba alimtia moyo huku akimsindikiza kwenda kwenye kituo cha basi. Gari halikuchelewa kufika. Baada ya saa chache tu Mama aliwasili mjini salama salimini na kuelekea kwenye kliniki moja kwa moja.

"Sijui Mimba atakuwa na hali gani baada ya msukosuko wa mwezi uliopita?" Mama alimweleza muuguzi.

"Nitafahamu baada ya kukamilisha upimaji wangu, ila kutokana na jinsi unavyoonekana wewe sidhani kama atakuwa amedhurika chochote," muuguzi alisema huku akiendelea na shughuli za upimaji.

"Vuta pumzi kwa nguvu; shusha pumzi hiyo polepole; vuta pumzi taratibu; irudishe kwa nguvu," aliamuru kwa nyakati tofauti akiwa katika upimaji wa kifua. Mara zote Mama aliweza kubana na kupanua kifua kadiri alivyoelekezwa bila shida.

Muuguzi alipoanza upimaji wa tumbo Mimba alifurahi. Tangu siku tatu zilizopita, alikuwa hajisikii kuwa na hali njema. Hakuwa amepata dawa ya kumsaidia, zaidi ya kuonjeshwa aina kadha wa kadha za dawa za asili.

"Inaonekana Mimba yuko salama salimini. Hana mafua wala homa," muuguzi alisema, akiendelea kukiweka chombo chake cha upimaji tumboni mwa Mama.

Mimba hakuafiki kauli ya muuguzi. Kwa kutaka kuonyesha kwamba hakubaliani nayo, aliinua mikono yake mifupi na laini, akidhani kwa kufanya hivyo Mama na muuguzi wangeweza kumuona na kumsikiliza. Ilikuwa kazi bure. Alipaza sauti ambayo katika dunia yetu ingeitwa kelele. Lakini pia hakuna aliyemsikia, baki labda ya minyoo michache iliyokuwa nje ya mji wake. Ilinguruma sana kwa hofu. Alipoona ameshindwa kuwasiliana nao kwa kila hali, aliamua kuirusha mikono na miguu yake kwa nguvu zake zote.

"Mimba anacheza vizuri," muuguzi alimwambia. Mama.

"Ni zaidi ya kawaida. Labda ameisha ambukizwa ugonjwa mgeni ulioutaja daktari. Anahitaji kupewa haraka Kinga ya Rushwa iliyo kamili," Mama alisema. Mara muuguzi alikamilisha upimaji wake. Alikiondoa

80

chombo chake tumboni mwa Mama na kukata mawasiliano kati yake, Mimba na Mama.

"Sasa elekea chumbani kwa daktari ili upate kinga za mwezi huu," muuguzi alisema akimkabidhi kadi yake ya kliniki baada ya kujaza taarifa muhimu.

"Ni furaha iliyoje kuona kwamba unaendelea kuzingatia maelekezo uliyopewa tangu siku ile ulipofika hapa kwa mara ya kwanza," daktari alisema akitayarisha kinga alizokusudia kumpa Mama. "Utatangulia kupata kinga dhidi ya virusi vya *Ulaghai*. Mtu aliye mgonjwa wa maradhi haya huwa na tabia ya kutaka kuwafanya wengine waonekane kuwa wajinga kwa kuwadanganya. Hujitahidi sana kuwashawishi ili waamini kwamba kudai na kupokea rushwa ni mtindo unaokubalika kila mahali na kila wakati katika jamii."

"Ni tiba gani itakayomsaidia Mimba endapo atakuwa ameisha ambukizwa maradhi ya ulaghai?" Mama aliuliza.

"Ugonjwa huu haukuwa na tiba mpaka miaka michache iliyopita. Dawa inayotumika sasa kuutibu inaitwa *Dhamiri Safi.* Dawa hii imeonekana kufaa hasa kwa sababu kiini chake huoteshwa ndani kabisa ya moyo wa mtu," daktari alieleza. "Kinga ya pili utakayopewa inakukinga dhidi ya virusi vya maradhi yanayoitwa *Ubinafsi.* Haya pia ni maradhi yanayomdhuru sana mgonjwa maana yanamfanya awe ni mtumwa wa nafsi yake mwenyewe. Yeye hujali manufaa yake peke yake. Maradhi haya yanapokomaa, mgonjwa hupata tabia zisizolingana na hadhi ya utu wa binadamu. Kila wakati hufikiria namna ya kujinufaisha binafsi, hata kama kwa kufanya hivyo anawaumiza watu wengine hasa kwa masuala yanayohusu pesa.

"Zipo dawa kadhaa zenye kutibu Ubinafsi. Miongoni mwake kuna moja inayoitwa *Kuwafikiria Wengine.* Kama dawa zote zenye kuyatibu maradhi haya zilivyo, dawa hii pia ni chungu. Lakini uchungu wa dawa siyo neno, ilimradi matokeo yake ni mazuri," daktari alisema na kukamilisha kinga na tiba ya mwezi.

5

Umeme Balaa

"Ujenzi wa nyumba yetu sasa unakaribia kukamilika," Baba alimwambia Mama jioni baada ya shughuli za kutwa. "Mwaka huu hatuna budi kukamilisha maandalizi ya kuweka mwanga, yaani umeme."

"Kadiri nilivyoona nyumbani kwa jirani yetu, hatua inayofuata ni utandazaji wa nyaya pamoja na uwekaji wa vifaa muhimu kama njia kuu ya umeme, soketi, swichi na makasha ya muungano wa nyaya za umeme," Mama alisema.

Kazi hiyo ilichukua muda mfupi kukamilika. Kila jambo lilipokuwa tayari, Baba alienda kumuona meneja wa tawi la Kampuni ya Usambazaji Umeme.

"Utahitaji kujaza fomu ya maombi ya kuwekewa umeme," meneja alimwambia Baba.

"Inalipiwa?"

"Ndiyo. Shilingi elfu mbili tu."

Baba alilitazamia jambo hili ijapokuwa siyo kiasi kikubwa kama alivyoambiwa. Alizihesabu pesa alizotakiwa kulipa akamkabidhi meneja.

"Ninahitaji stakabadhi ya pesa hizi," Baba alisema.

"Mzee, ukitaka mambo ya kisasa, inabidi uwe mtu wa kisasa. Watu wa kisasa hawasumbuki kudai stakabadhi kwa malipo duni kama hayo," meneja alisema.

"Lakini malipo bila stakabadhi hayana kumbukumbu," Baba alisema akionekana kutofurahishwa na jambo hilo.

"Haja yako ni stakabadhi, kumbukumbu au umeme?" Meneja aliuliza akionekana kutahayari.

"Umeme."

"Basi tulia; achana na stakabadhi," meneja alisema akimpa Baba kipande cha karatasi chenye maagizo kwa mhandisi. "Upeleke ujumbe huu kwa mtu aliye kwenye chumba nambari 10."

Baba alipoingia kwenye ofisi aliyoelekezwa, alimkuta mhandisi akiwa kwenye mabishano makali na kundi la mafundi walioshindwa kurekebisha hitilafu kwenye transfoma iliyokuwa inawaka moto soko la jiji jirani.

Ubishi ulipokuwa ukiendelea, Baba alipata nafasi ya kumchunguza mhandisi. Alikuwa kijana wa rika la kati, mrefu na mwembamba. Uso wake ulionekana kuchoka, kama wa mtu aliyemaliza siku tatu bila kutungua lepe la usingizi. Suti kubwa nyeusi aliyovaa iliufunika mwili wake mdogo ikawa inampwaya. Juu ya suti alivaa vazi refu la kazini ambalo pia halikuwa saizi yake.

"Kwa kuzingatia maelekezo niliyowapa, hakikisheni kwamba mmefanya matengenezo muhimu kwenye transfoma hiyo katika muda usiozidi robo saa," mhandisi aliamrisha. "Kama mtashindwa kufanya hivyo, mtakuwa mmejifukuza kazi wenyewe."

Mafundi waliondoka wakiwa wameinamisha nyuso. Ilikuwa dhahiri hawakuwa na moyo wa kutimiza wajibu wao.

"Una shida gani mzee?" mhandisi alimuuliza Baba baada ya mafundi kuondoka.

Baba hakusema neno. Alimpa ujumbe wa meneja.

Mhandisi aliusoma ujumbe huo akachukua fomu kutoka kwenye mtoto wa meza. "Kabla sijakukabidhi fomu hii," alisema, "nieleze kwanza hiyo kazi ya utandazaji nyaya na uwekaji wa vifaa vya umeme imefanywa na nani?"

"Na kijana mmoja aliye mtundu kwelikweli," Baba alisema akidhihirisha uwazi aliokuwa nao. "Amejifunza shughuli za umeme kutoka kwa rafiki yake ambaye ni fundi wa siku nyingi. Ukiiona kazi aliyoifanya huwezi kuamini."

"Nionyeshe kielelezo cha ramani ya mtandazo wa nyaya," mhandisi alisema akiendelea kujenga hoja.

"Sidhani kama fundi wangu anaelewa iwapo kuna kitu cha namna hiyo," Baba alinena safari hii akidhihirisha dalili ya kuwa na mashaka.

"Kutokana na mahojiano haya, sithubutu kuitoa fomu hii au hata kuwatuma mafundi wa kuikagua nyumba yako," mhandisi alisema akiirudisha fomu kwenye mtoto wa meza. "Sheria inasisitiza kuwa mwenye kuzitandaza nyaya sharti awe amehitimu na kusajiliwa na Wizara."

"Tafadhali sana kijana. Usinikwamishe katika lengo langu," Baba alimsihi mhandisi.

Mhandisi alifurahi kuona kwamba alikuwa amemtega Baba kwa chachu na sasa alikaribia kumnasa kwa ulimbo. Moyo wa kukazania kuwekewa umeme, hata kama mahitaji muhimu hayakuwa yametimizwa, ilikuwa ni ishara ya wazi ya Baba kuwa tayari kutanguliza chochote.

"Je, uko tayari kutoa chai kidogo ili niweze kuyafumbia macho makosa yaliyofanywa?" mhandisi aliuliza.

Baba alikawia kujibu. Lakini kwa kuwa alidhamiria kuwasha umeme nyumbani mwake kabla Mama hajajifungua alisema, "Naam, japo sijafahamu kiasi cha chai ninachotakiwa kutoa."

"Ni kiasi kidogo, kama vikombe sita tu," mhandisi alisema akiwa na maana ya shilingi elfu sita.

"Nipunguzie vikombe vinne ili nihangaike kutafuta viwili," Baba alisihi.

"Haidhuru. Iwapo pesa hizi zitapatikana leo utafanya nusu ya sita," mhandisi alisema harakaharaka ili aonekane kuwa na shughuli nyingi.

Baba alikuwa na pesa hizo mfukoni ila hazikuwa za kumhonga mhandisi. Ilikuwa akiba yake kwa shughuli na matumizi ya mwezi huo: kulipia karo ya Dodo, matunzo ya mke wake mjamzito pamoja na matumizi ya kawaida ya nyumbani. Lakini suala la umeme nalo lilikuwa na uzito wake. Baba hakuwa mtu wa kubadili nia baada ya kufanya uamuzi.

"Chai hii hapa," alimwambia mhandisi akimkabidhi shilingi elfu tatu.

"Nimekatazwa kupokea pesa nikiwa kazini," mhandisi alisema akimwita jamaa fulani aliyepachikwa jina la 'mpokea masilahi' na kumtaka azipokee pesa hizo kutoka kwa Baba.

"Vema. Sasa rudi nyumbani. Kesho nitamtuma mtaalamu wa kufanya makadirio ya nguzo, kebo na gharama za ufundi. Jitayarishe kumpa mapokezi mazuri," mhandisi alisema akimkonyeza Baba kwa jicho lisiloeleweka.

Siku iliyofuata, mkadiriaji alifika nyumbani kwa Baba asubuhi na mapema, akiwa anaendeshwa kwenye gari la kampuni. Alikagua sehemu iliyofaa kuchukua umeme. Alitumia futikamba kupata vipimo halisi kutoka kwenye sehemu hiyo hadi kwenye pembe ya nyumba iliyokuwa karibu.

"Iwapo utaongea vizuri, inawezekana ukaepuka gharama za nguzo. Kwa kuwa umbali ni mfupi, kiango kinatosha," mkadiriaji alisema akimpeleka Baba chemba. "Utanipa ngapi ili nikupunguzie gharama?"

"Kwani gharama halisi ni ngapi?" Baba aliuliza akikumbuka kauli ya mhandisi alipozungumzia kumpa mtaalamu wa kufanya makadirio mapokezi mazuri.

"Elfu themanini na tano. Isipokuwa, kama utanipa elfu sita nitapunguza ulipe elfu sitini tu," alisema akiikunja futikamba na kuirudisha kwenye mfuko wake.

"Nitakulipa elfu tatu baada ya kumuuza ng'ombe wangu dume."

"Sijali utauza nini na kuacha nini. Pindi utakapokuwa tayari tuwasiliane," mkadiriaji alisema akiondoka.

Ahadi hiyo ilimtumbukiza Baba kwenye hekaheka ya kumtafuta mnunuzi wa dume lake. Shughuli hii ilimchukua mwezi mzima. Alipofanikiwa kumuuza, alirudi kwenye ofisi za umeme kuonana na mkadiriaji.

"Haki yangu niachie hapahapa," mkadiriaji alisema akipunguza elfu tatu na kuziweka kwenye mfuko wake wa suruali. "Kiasi kinachobaki mpelekee mhandisi," alisema akimpa karatasi yenye ujumbe huu: *Pokea elfu sitini kutoka kwa mzee huyu yakiwa makadirio ya kazi yake.*

"Ninafurahi kuona kwamba mambo yanaendelea vizuri," mhandisi alisema. "Pesa hizi zitakatiwa stakabadhi ambayo utapata baada ya kazi kukamilika. Mafundi watafika nyumbani kwako kesho kutwa ili kuifanya kazi yako."

Baadaye alipopewa stakabadhi ya kazi yake na kuichunguza, aligundua kuwa kiasi kilichowasilishwa kwa mhasibu wa shirika kilikuwa nusu tu ya pesa zote alizokabidhi. Nusu nyingine ilikuwa imeishia mifuko ya watu binafsi.

Kundi la mafundi wanne walifika nyumbani kwa Baba kama ilivyopangwa. Kila fundi alikuwa na sehemu yake ya kushughulikia. Fundi mkuu aliandaa sehemu ya kuweka njia kuu ya umeme, mwingine alihangaikia kebo ya kuingiza umeme nyumbani na mafundi wawili walishughulika na uwekaji wa kiango.

"Yeyote aliyetandaza nyaya hizi hakuwa makini," fundi mmoja alisema baada ya kubaini kasoro nyingi za kiufundi.

"Usijali. Hati zote zilizopo zinathibitisha ubora wa kazi iliyofanyika," fundi mkuu alimwambia msaidizi wake hali akiendelea na sehemu yake ya kazi.

"Mzee, unaona kazi zetu zilivyo?" Fundi mkuu alimsaili Baba. "Tunavuja hadi tone la mwisho la jasho. Kwa vyovyote tunahitaji kuirudishia miili hii yetu nguvu zinazotumika."

"Sasa mnasemaje?" Baba aliuliza akitegemea kupata jibu lilelile la chai.

"Sisi hatuna makuu. Hatupendi kukuingiza kwenye hasara. Tunahitaji mlo pamoja na kinywaji baridi. Kumbuka kwamba baada ya kazi tunayo safari ya kurudi mjini," fundi mkuu alimwambia Baba akitilia mkazo neno safari.

Baba aliagiza waletewe chakula.

"Kazi yetu imekamilika. Itabidi ufuatilie mita," fundi mkuu alisema akishika kinungu cha mguu wa kuku mkononi. Muda si muda, mlo mzito wa mchana wa wali kwa kuku ulimalizika. Mafundi waliaga na kuondoka.

Kitendawili kilichofuata kilikuwa kupatikana kwa mita. Pamoja na kwamba Baba alikuwa hodari sana wa kufanya ufuatiliaji, safari hii alikaribia kukata tamaa kabisa kutokana na nenda-rudi alizokumbana nazo.

"Huo ndio mtambo wenyewe, hauwezi kutoka hivihivi," mpokea masilahi alimwambia Baba akijifanya kumsikitikia. "Jana nilipoongea na bosi juu ya tatizo lako, aliniagiza nikufahamishe kuwa ushuru wa kukitoa kifaa hicho kwenye bohari ni shilingi elfu tano tu."

Hii ilikuwa habari nyingine mbaya iliyozidi kumkanganya Baba. Alisikitika kujikuta ameishatumbukia katika janga la kuwa mtoa rushwa mzoefu. Safari hii alinuia kukataa katakata kutoa hongo zaidi. Mpokea masilahi alipogundua mawazo haya, hakuchelewa kuingilia kati.

"Kuacha kutoa chochote kwenye hatua hii kutakusaidia nini? Umeishapoteza pesa nyingi tayari. Ni heri kutoa shilingi elfu tano ili ufanikishe lengo lako kuliko kukataa ukapoteza kiasi chote cha pesa ulichoisha lipa," alimwambia Baba kwa namna ya kumfariji.

Kupokelewa kwa ushuru wa mita kulikuwa hatua ya mwisho ya kukamilisha mipango ya Baba kuhusu uwekaji umeme nyumbani. Umeme ulipowaka, yeye, Mama na watoto walifurahi kupindukia.

Katikati ya mwezi uliofuatia, mfanyakazi mmoja wa shirika la umeme alifika nyumbani akajitambulisha kama msomaji wa mita. Alikiangilia kifaa hicho kwa muda akaandika kwenye daftari lake ndogo alilolichukua kwa madhumuni hayo.

"Nitarudi kwenye tarehe hizi kila mwezi. Ankara itatumwa kwenu kwa anwani mliyojaza kwenye fomu," msomaji wa mita alisema.

"Tutalipa kiasi gani kwa mwezi?" Mama aliuliza.

"Malipo yatategemea matumizi," alijibiwa.

"Baba, leo nimeona moto ukitoka kwenye kidude hiki," Dodo alisema wakati wa chakula cha jioni, akionyesha swichi iliyobanduka na kuning'inia kwenye ukuta jikoni.

"Hata chumbani kwangu kuna kingine kinachotoa cheche za moto wakati wa kuwasha na kuzima," Kibe aliongeza.

"Wakati mwingine huwa ninahisi harufu ya kitu kinachoungua chumbani mwetu," Mama aliongeza kusema akitilia mkazo maneno ya Dodo na Kibe.

Taarifa hizi hazikumfurahisha Baba. Yeye pia alikuwa amewahi kunusa harufu ya moto kwenye mazingira ya kutatanisha lakini hakuwa amejali. Alikosa usingizi usiku wote.

94

Aliamua kutoa taarifa ya tishio hili kwa maandishi kwenye ofisi za shirika la umeme siku iliyofuata na kumpa mkuu wa wilaya nakala ya taarifa hiyo, bila kufahamu kwa nini aliamua kufanya hivyo.

"Mzee, inaonekana unaogopa sana umeme japo unapenda kuutumia," mhandisi alimwambia Baba. "Kama unataka kupata huduma ya haraka, inabidi uchangie nauli ya mafundi. Kama huwezi, utapaswa kusubiri mpaka zipatikane taarifa nyingine kama hii kutoka kwenye sehemu yenu ili zishugulikiwe katika safari moja. Tena, siyo vizuri kusambazasambaza nakala za barua unazotuandikia kwenye ofisi zisizohusika, maana kwa kufanya hivyo unalipaka tope shirika letu."

Baba hakuwa na pesa. Alirudi nyumbani na mashaka kama ya usiku uliopita.

"Itabidi tusubiri mpaka hapo watakapoamua kutuhudumia. Katika hali hii, tutawasha taa moja tu ya sebuleni. Sehemu nyingine, tuendelee kutumia koroboi," Baba alimwambia Mama na watoto jioni.

Mwezi mmoja baadaye, mnamo saa za alfajiri, Baba aligutushwa usingizini na moshi mnene uliotanda chumbani pamoja na joto kali lililoandamana nao. Kwa kitambo kifupi hakufahamu ni nini kilichokuwa kinaendelea. Mara ukweli ukampaa akilini kwa kishindo. Nyumba yao ilikuwa inaungua. Jambo hilo liliwekwa wazi na kelele za watu waliokuwa nje wakigonga na kuvunja milango na madirisha kwa nyundo na shoka ili kuokoa maisha ya binadamu waliokuwa ndani.

Katika vurumai hiyo Baba alifanikiwa kuufungua mlango wa chumba chake na Mama. Alishtuka kutomkuta Mama kwenye kitanda kilichokuwa kando ya chake. Kisha, kwa msaada wa kurunzi aliyobahatika kuipata chini ya meza iliyokuwa karibu, alimkuta Mama ameanguka chini amezimia. Alifanya jitihada akafanikiwa kumkokota hadi nje kupitia mlango wa mbele uliokuwa umeishavunjwa na waokoaji. Alikusudia kurudi ndani kuwachukua Dodo na Kibe lakini alipoteza fahamu akiwa mikononi mwa wasaidizi kutokana na moshi mwingi aliouvuta pamoja na majeraha ya kuungua aliyopata.

Alipata fahamu siku tatu baadaye akiwa hospitalini. Alikuwa amefungwa bandeji nzito kichwani; kifuani na mgongoni. Kila mtu aliyefika kumwona siku ile alimpa pole. Mbali na kulazwa hospitalini, hakuelewa maana kamili ya pole zile zote alizopewa kwa sababu hakufahamu kwa hakika ni jambo gani lililokuwa limetokea.

"Pole sana Baba," jirani yake mmoja wa kike aliyefika kumwona adhuhuri alisema. "Ulimwengu ndivyo ulivyo, kuna wakati wa kupata na wa kupoteza."

"Nisaidie kufahamu jambo lililotokea," Baba alimsihi jirani akijaribu kuinuka kitandani.

Jirani alisita. Baada ya kuwaza kwa muda, alikata shauri kumsimulia mambo yaliyotokea, kwani hata kama angemficha mtu mwingine angemsimulia baadaye.

"Ni hali ya kusikitisha sana. Inasadikiwa kwamba nyumba yenu ilipata shoti ya umeme ikaungua na kuteketea kabisa pamoja na kila kilichokuwa ndani..." jirani alieleza kwa majonzi.

"Mke wangu amesalimika?" Baba aliuliza kwa sauti dhaifu.

"Amelazwa kwenye wadi jirani, namba saba. Anaendelea kutibiwa majeraha makali ya kuungua moto."

"Mimba imedhurika?"

"Haijafahamika. Lakini hadi sasa bado ingali tumboni mwa Mama."

"Watoto wangu je?"

"Maskini, Dodo na Kibe waliungua hadi kufa. Mazishi ya masalia machache ya miili yao yalifanyika jana kulingana na mila za uislamu," jirani alisema akiufunika uso wake huku machozi yakimtoka njia nne nne.

Habari za kifo cha wanawe ziliufyatua moyo wake Baba. Alisikia bila kuamini kwamba kweli alipoteza wazawa wake wawili kwa mkupuo. Laiti angejua, asilani asingejiingiza kwenye mpango wa kuweka umeme nyumbani, umeme ambao sasa ulikuwa umeleta balaa na majonzi yasiyoweza kusahaulika.

Tukio hili lilizua mgogoro mkubwa kati ya Kampuni ya Usambazaji Umeme na wateja wake. Upande mmoja ulidai kwamba watumishi wa kampuni hawakufanya kazi kwa mujibu wa maadili ya kazi yao. Kampuni nayo ilijitetea kwamba wateja wake hawakuwa waangalifu katika utumiaji wa bidhaa yao nyeti.

Bodi ya wakurugenzi wa kampuni ililazimika kuunda tume kuchunguza tukio hili. Tume ilijumuisha watumishi wa kampuni, serikali na watumiaji wa umeme. Ilipewa miezi mitatu kukamilisha kazi yake.

Mwishoni mwa kipindi hicho, tume iliwasilisha taarifa yake kwa bodi ya wakurugenzi. Katika taarifa hiyo, tume ilibainisha kuwa shirika na mteja aliyeathirika walichangia kusababisha ajali iliyotokea. Meneja na mhandisi ilibidi wachukue lawama na kufutwa.

"Shirika halina budi kumjengea nyumba mteja wake aliyeathirika ili kufidia sehemu ndogo ya madhara aliyopata," tume iliamuru katika taarifa yake.

Uamuzi huu uliwafariji kidogo Baba na Mama. Lakini, ni jambo gani lingekuwa fidia halali ya watoto wao wawili walioteketea wakiwa wana wakembe?

Mama aliporudi kliniki mwezi uliofuata, ambao ulikuwa mwezi wa mwisho kabla ya kuzaliwa kwa Mimba, alionekana kuwa kwenye lindi la majonzi. Majeraha aliyoyapata katika ule mkasa wa moto yalikuwa yameanza kupona, lakini hapakuwa na shaka kuwa makovu yangedumu siku zote za maisha yake.

Kulikuwa akina mama wengi siku hiyo. Baadhi yao walikuwa wajawazito waliokuja kukaguliwa tu hali za mimba zao. Wengine walikuwa na matatizo ya kiafya. Wengi wa hawa walipewa huduma waliyohitaji wakarudi nyumbani. Walioonekana kuwa na matatizo zaidi walilazwa.

Sehemu ya kuwahudumia watoto wachanga ilikuwa na shughuli nyingi. Kulikuwapo watoto waliokuwa wakipimwa uzito kwa kuning'inizwa kwenye mzani. Kuna waliopimwa damu, haja kubwa na ndogo. Kelele nyingi za watoto waliolia zilisikika hasa kwenye chumba cha kudungia sindano.

Hatimaye zamu ya Mama ilifika. Aliingia ndani na kumkuta muuguzi wake ameisha jiandaa kumpima hali stethoskopu ikining'inia kifuani mwake. Alizichomeka ncha zake mbili masikioni akawa anasikiliza mapigo ya moyo wa Mimba bila kusema neno. Muda si muda shughuli hiyo ilimalizika.

"Kuna kila dalili ya kuamini kwamba Mimba ameathirika kutokana na tukio fulani la karibuni," muuguzi alimwambia Mama. "Mkao wake tumboni umebadilika na mapigo yake ya moyo yamepanda. Hata hivyo, angali mzima na kuna uwezekano mkubwa wa kuzaliwa bila madhara iwapo utaukubali ushauri nitakaotoa baadaye," muuguzi alisema.

Maelezo yake yalimfanya Mama apigwe bumbuazi. Hakupenda kuwaza kuwa janga jipya lilikuwa njiani. Msiba wa Dodo na Kibe ulikuwa ungali mbichi sana akilini mwake. Yalimtoka maneno ya huzuni bila kufahamu asemayo: *"Lo, Mimba wangu! Kubali uzaliwe salama ili uwe kitulizo changu na Baba yako. Kusema kweli haya ndiyo matamanio yangu: kukuzaa ukiwa mzima bila kasoro."*

"Matamanio yako ni sahihi, kwa sababu kwenye mwezi wa nane na wa tisa mimba huwa tayari kabisa kuzaliwa. Ni miezi ya kumkamilisha mtoto kabla hajahama kutoka tumboni mwa mama yake," muuguzi alisema akimsindikiza Mama hadi kwenye chumba cha daktari.

"Mteja wetu anaendeleaje?" Daktari alimuuliza muuguzi.

"Anaendelea vizuri ijapokuwa sasa anahitaji uangalizi wa karibu zaidi," muuguzi alimwambia daktari. "Kutokana na hali halisi ya Mimba, naonelea ingefaa Mama alazwe kwa sehemu iliyobaki ya ujauzito wake."

"Vema," daktari alisema akimruhusu muuguzi kuondoka. "Hiyo pia itampa fursa ya kupumzika na kukamilisha sehemu ya Kinga ya Rushwa iliyobaki kabla ya kujifungua."

Muuguzi alifunga mlango. Hatua zake madhubuti zilisikika zikigonga sakafu nje akielekea kwenye ofisi yake.

"Unakaribia sana kukamilisha kinga yako," daktari alimwambia Mama. "Katika mwezi huu wa tisa, kwanza utapewa kinga dhidi ya maradhi yaitwayo *Dhuluma*. Ugonjwa huu humfanya mtu kushiriki matendo yaliyo haramu kama kutoa na kupokea rushwa. Dhuluma humfanya mtu awe kipofu wa mambo yaliyo halali na kukwamiza dhamiri yake. Lila na fila havitangamani, lakini siku zote haki hushinda batili.

"Maradhi haya hutambuliwa kwa dalili zipi?" Mama aliuliza.

"Dalili za kuwapo kwa maradhi haya ni hali ya mgonjwa kupenda uonevu pamoja na kuwa mtu katili. Moyo wake haushtuki anapokuwa anatenda jambo ovu kwa kuwa dhamiri yake imekufa," daktari alieleza.

"Sifahamu kama kuna dawa ya kutibu maradhi haya," Mama alisema. "Kadiri ninavyoona mimi, ulimwengu sasa umeharibika kwa sababu watu wengi sana wanashiriki dhuluma. Matokeo yake ni kudhulumiana katika njia mbalimbali tangu kwenye ngazi ya familia hadi upeo wa kimataifa. Sitaki Mimba wangu aambukizwe maradhi haya akiwa tumboni mwangu au hata baadaye."

"Usiwe na shaka Mama. Tiba ya maradhi sasa inapatikana katika kila hospitali na kwenye maduka ya kuuza madawa ya binadamu. Ni dawa inayoitwa Haki. Dawa hii imethibitika kufaa sana inapotumika kutibu maambukizo mapya au hata ya zamani," daktari alisema akizidi kumuondolea Mama mashaka aliyokuwa nayo.

Kulikuwa na kitambo cha kimya, halafu daktari akaendelea na maelezo yake. "Kinga yako ya mwisho itakuepusha maradhi yanayofikiriwa na watu wengine kuwa hayaangamizi; kumbe sivyo. Maradhi hayo ni *Uzandiki*. Mtu mwenye kuugua ugonjwa huu huitwa mzandiki. Uzandiki humwezesha mtu kujifanya ana nia njema anapokuwa anatoa au anapokea rushwa. Mara nyingi husingizia uhalisi wa methali isemayo, *"Penye udhia penyeza rupia."* Hutenda maovu kwa maneno matamu na kicheko ili kulainisha mioyo ya mateka wake. Kwa nje mzandiki huonekana kuwa mtu mzima kabisa lakini kwa ndani ni mgonjwa mahututi."

"Lahaula! Huu nao ni ugonjwa wa namna yake. Mtu kuwa mahututi huku akionekana kuwa mzima kabisa! Situmaini kuwa ugonjwa huu una dawa. Kama ipo, basi itakuwa dawa ya ajabu jinsi ulivyo ugonjwa inaoutibu," Mama alisema, kwa mara ya kwanza akihisi maumivu mfano wa uchungu wa kujifungua.

"Dawa yake inaitwa *Ukweli*. Wataalamu wanaueleza ukweli kwamba ni uhakikisho wa jambo kama lilivyo. Mtu mwenye ukweli hawezi kuugua uzandiki. Mambo yake ni yakini. Historia ya maradhi na tiba inaonyesha waziwazi kuwa mzandiki anapotumia Ukweli, maradhi yake hupona mara moja bila kubakiza athari nzito," daktari alisema akihitimisha maelezo yake.

Alipokuwa kwenye wodi iliyotengwa kwa ajili ya wajawazito waliokaribia kujifungua, Mama alikumbuka karibu mambo yote ya kipindi cha miezi tisa iliyopita. Alikumbuka matatizo ya aina mbalimbali aliyopata, yeye binafsi na hata familia yake kwa jumla, yote yakiwa matokeo ya kushiriki katika kutoa na kupokea rushwa. Alikumbuka kwa uchungu usioelezeka kifo cha mapema mno na cha kusikitikisha sana cha watoto wao wawili. Walikufa kwa sababu Baba yao aliwahonga watumishi wa shirika la umeme ili wapuuzie mambo ya msingi yanayohusu usalama katika utumiaji wa umeme. Kutokana na kuhongwa, watumishi hao waliacha kutimiza wajibu wao na matokeo yake yakawa kupoteza mali na maisha. Alijiliwaza kwa kukumbuka methali isemayo, *"Yaliyopita si ndwele, tuyagange yaliyopo na yajayo."*

Ilikuwa usiku wa manane wa siku ya kulazwa hospitalini. Maumivu ya taratibu ambayo mama alishinda nayo kutwa nzima yalibadilika kuwa uchungu mkali wa kumleta Mimba duniani. Kwa bahati nzuri, haukuwa uchungu wa muda mrefu. Wakunga wawili walikuwapo kumsaidia Mama aweze kujifungua

* 9 7 8 9 9 6 6 4 7 2 4 1 0 *